瑞蘭國際

瑞蘭國際

เที่ยวทั่วไทย สบายใจด้วยเล่มนี้

邊玩邊學！

旅遊泰語，
帶這本就夠了！

李鴻　著
繽紛外語編輯小組　總策劃

玩泰國，説泰語，樂趣無窮

　　泰國是一個有趣又好玩的國度。到泰國旅遊既方便前往，又可以隨興漫遊，還有好吃的食物與有趣的風土民情，所以受到全世界人的歡迎。而語文，是了解一個國家最重要的橋樑，因此本書所列舉的，都是旅遊泰國使用頻率最高的單字和句子，它既可以讓你在旅遊時一邊練習泰語，也可以讓你的旅行更為順暢。

　　另外，本書採用的泰語發音標示法，是目前泰國境內官方使用的標示法，也是泰國人都能看懂的標示法，但是與一般英語發音略有不同。其中較為明顯者如「Th」，英、泰語的發音全然不同，泰語的發音就如同注音中的輕聲音「ㄊ」，舉例來説，曼谷有一條名為「ThongLo」的巷子，其泰語發音即為「通羅」。而其他例如泰語發音表示的「Dh」、「Kh」等，就是英文發音的「D」、「K」的輕聲音。還有泰語「L」及「R」所發的音也不盡是英語的發音法，常見的有「La」及「Ra」，其中「L」聽起來幾乎是不發出聲，而「R」卻是要發彈舌音，像「Ra」就是發「拉」的彈舌音；但也有「R」不發出聲音的例外，如榮譽的「榮」，泰文是「ศรี」，泰語發音標示是「Sri」，發的音如「習」。

寫了這麼多有關泰語發音的事情，不知道讀者是不是已有心理準備，打算捲起舌來，馬上開口說泰語了呢？要強調的是，本書之所以用泰語發音標示法，就是希望讀者學到最接近泰國人、最正確的泰語發音。尤其是本書，特別邀請泰籍名師，錄下了最標準泰國中部腔，所以對泰語發音標示法還不熟悉的讀者也不用擔心，只要一邊看著本書，一邊聽音檔學習，相信發音絕對不成問題，說出來的泰文還會讓泰國人讚不絕口呢！

　　無論如何，泰國是一個天生樂觀又包容的民族，所以當在泰國旅遊時，說一些不太標準的泰語，不僅不會遭到白眼相向，還可以獲得更為親切的對待，拉近彼此的距離。即便是講得「零零落落」也沒有關係，因為泰國人常常掛在嘴邊說的「麥邊萊」（ไม่เป็นไร Mai Ben Rai），意思就是：「沒有關係的啦」。

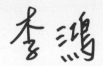

步驟 1 精選 8 大主題，一書在手，暢遊泰國無阻！

篇名 ————

鎖定「準備」、「機場」、「交通」、「住宿」、「用餐」、「觀光」、「購物」、「困難」8 大主題，讓你玩泰國，帶這本就夠了！

STEP 1

เตรียมตัว
Triam Tuo
準備篇

01 打包行李
02 確認

要去泰國玩耍，心情一定是極度地放鬆。
即便是開心輕鬆的心情，還是要做好準備，
才能夠擁有快樂的泰國之旅。

步驟 2 **38 篇場景及相關實用單字，說泰語就是這麼簡單！**

場景

精選 38 篇旅途中一定會遇到的場景，讓你做充分的準備！

基本代換句型

不用死背文法，運用最簡單的句型，說泰語一點都不難！

代換單字&
中文翻譯

有最實用的單字可代換，還有中文對照，需要時便能運用自如！

STEP 01 จัดกระเป๋าเดินทาง
Jud Kra Bao Dern Tang 打包行李

ยา อยู่ในกระเป๋าเดินทาง
Ya You Nai Kra Bao Dern Tang
行李箱裡面放 藥。

把以下單字套進去，開口說說看！

014

หนังสือ
Nang Sue
書

แปรงสีฟัน
Prang See Fan
牙刷

ครีมล้างหน้า
Cream Lang Nar
洗面乳

เสื้อผ้าสำรอง
Sua Par Sam Rong
換洗衣物

กระดาษเช็ดหน้า
Kra Dat Chet Nar
面紙

รองเท้า
Rong Tao
鞋子

泰語發音標示

全書重要單字與會話，均有泰國境內使用、泰國人也都看得懂的泰語發音標示法，隨時可試著發音看看！

005

步驟 3 情境會話＋暢遊泰國 Q&A，讓你成爲泰國達人！

跟泰國人說說看

運用基本句型，模擬出在泰國一定會聽到、也一定要會説的會話，你也可以開口和泰國人對話看看！

音檔序號

由泰籍老師錄製朗讀音檔，只要聆聽並反覆練習，熟悉發音及語調，就能跟著説出一口漂亮又道地的泰語！

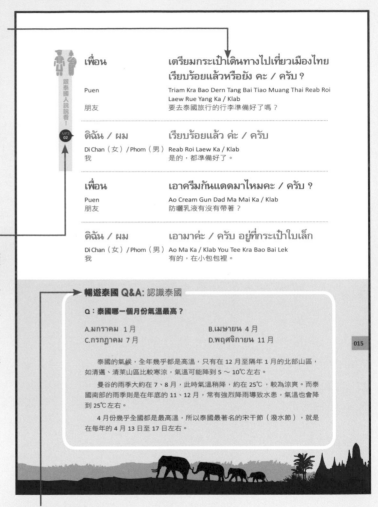

เพื่อน Puen 朋友	เตรียมกระเป๋าเดินทางไปเที่ยวเมืองไทย เรียบร้อยแล้วหรือยัง คะ / ครับ ？ Triam Kra Bao Dern Tang Bai Tiao Muang Thai Reab Roi Laew Rue Yang Ka / Klab 要去泰國旅行的行李準備好了嗎？
ดิฉัน / ผม Di Chan（女）/ Phom（男） 我	เรียบร้อยแล้ว ค่ะ / ครับ Reab Roi Laew Ka / Klab 是的，都準備好了。
เพื่อน Puen 朋友	เอาครีมกันแดดมาไหมคะ / ครับ ？ Ao Cream Gun Dad Ma Mai Ka / Klab 防曬乳液有沒有帶著？
ดิฉัน / ผม Di Chan（女）/ Phom（男） 我	เอามาค่ะ / ครับ อยู่ที่กระเป๋าใบเล็ก Ao Ma Ka / Klab You Tee Kra Bao Bai Lek 有的，在小包包裡。

暢遊泰國 Q&A: 認識泰國

Q：泰國哪一個月份氣溫最高？

A.มกราคม 1 月   B.เมษายน 4 月
C.กรกฎาคม 7 月   D.พฤศจิกายน 11 月

  泰國的氣候，全年幾乎都是高溫，只有在 12 月至隔年 1 月的北部山區，如清邁、清萊山區比較寒涼，氣溫可能降到 5 ～ 10℃左右。

  曼谷的雨季大約在 7、8 月，此時氣溫稍降，約在 25℃，較為涼爽。而泰國南部的雨季則是在年底的 11、12 月，常有強烈降雨導致水患，氣溫也會降到 25℃左右。

  4 月份幾乎全國都是最高溫，所以泰國最著名的宋干節（潑水節），就是在每年的 4 月 13 日至 17 日左右。

015

暢遊泰國 Q&A

泰國提供哪些型態的住宿？哪一道是最具代表性的泰式料理？讓泰國達人為你細數泰國生活大小事，幫助你更了解泰國！

步驟 4 附錄內容最多元、最好用，幫助你更認識泰國！

附錄

熱情濃郁的泰國水果有哪些？有趣的泰國人小名與冠稱又是怎麼一回事？泰國的二大重要節日……，本書附錄一次備齊所有玩泰國想知道的大小細節，絕對不能錯過！

如何掃描 QR Code 下載音檔

1. 以手機內建的相機或是掃描 QR Code 的 App 掃描封面的 QR Code。
2. 點選「雲端硬碟」的連結之後，進入音檔清單畫面，接著點選畫面右上角的「三個點」。
3. 點選「新增至『已加星號』專區」一欄，星星即會變成黃色或黑色，代表加入成功。
4. 開啟電腦，打開您的「雲端硬碟」網頁，點選左側欄位的「已加星號」。
5. 選擇該音檔資料夾，點滑鼠右鍵，選擇「下載」，即可將音檔存入電腦。

目次
Contents

STEP 4 ที่พัก 住宿篇

STEP 5 อาหาร 用餐篇

STEP 6 สถานที่ท่องเที่ยว 觀光篇

STEP 7 ช็อปปิ้ง 購物篇

STEP 8 ปัญหา 困難篇

ภาคผนวก 附錄

STEP 1

เตรียมตัว
Triam Tuo
準備篇

01 打包行李
02 確認

要去泰國玩耍，心情一定是極度地放鬆。
即便是開心輕鬆的心情，還是要做好準備，
才能夠擁有快樂的泰國之旅。

STEP 01

จัดกระเป๋าเดินทาง
Jud Kra Bao Dern Tang 打包行李

ยา อยู่ในกระเป๋าเดินทาง
Ya You Nai Kra Bao Dern Tang
行李箱裡面放 藥。

把以下單字套進去，開口說說看！

หนังสือ
Nang Sue
書

แปรงสีฟัน
Prang See Fan
牙刷

ครีมล้างหน้า
Cream Lang Nar
洗面乳

เสื้อผ้าสำรอง
Sua Par Sam Rong
換洗衣物

กระดาษเช็ดหน้า
Kra Dat Chet Nar
面紙

รองเท้า
Rong Tao
鞋子

เพื่อน Puen 朋友	**เตรียมกระเป๋าเดินทางไปเที่ยวเมืองไทย เรียบร้อยแล้วหรือยัง คะ / ครับ ？** Triam Kra Bao Dern Tang Bai Tiao Muang Thai Reab Roi Laew Rue Yang Ka / Klab 要去泰國旅行的行李準備好了嗎？
ดิฉัน / ผม Di Chan（女）/ Phom（男） 我	**เรียบร้อยแล้ว ค่ะ / ครับ** Reab Roi Laew Ka / Klab 是的，都準備好了。
เพื่อน Puen 朋友	**เอาครีมกันแดดมาไหมคะ / ครับ ？** Ao Cream Gun Dad Ma Mai Ka / Klab 防曬乳液有沒有帶著？
ดิฉัน / ผม Di Chan（女）/ Phom（男） 我	**เอามาค่ะ / ครับ อยู่ที่กระเป๋าใบเล็ก** Ao Ma Ka / Klab You Tee Kra Bao Bai Lek 有的，在小包包裡。

暢遊泰國 Q&A: 認識泰國

Q：泰國哪一個月份氣溫最高？

A.มกราคม 1 月 　　　　　B.เมษายน 4 月
C.กรกฎาคม 7 月 　　　　D.พฤศจิกายน 11 月

　　泰國的氣候，全年幾乎都是高溫，只有在 12 月至隔年 1 月的北部山區，如清邁、清萊山區比較寒涼，氣溫可能降到 5 ～ 10℃ 左右。

　　曼谷的雨季大約在 7、8 月，此時氣溫稍降，約在 25℃，較為涼爽。而泰國南部的雨季則是在年底的 11、12 月，常有強烈降雨導致水患，氣溫也會降到 25℃ 左右。

　　4 月份幾乎全國都是最高溫，所以泰國最著名的宋干節（潑水節），就是在每年的 4 月 13 日至 17 日左右。

STEP 01

ยืนยัน
Yuen Yan 確認

กระดาษเช็ดหน้า อยู่ในกระเป๋าสะพาย

Kra Dat Chet Nar You Nai Kra Bao Sa Pai

旅行背包裡面有 面紙 。

把以下單字套進去，開口說說看！

016

พาสปอร์ต
Passport
護照

หนังสือท่องเที่ยว
Nang Sue Tong Tiao
旅行指南

กระเป๋าเงิน
Kra Bao Ngen
錢包

เอกสารยืนยันจากโรงแรม
Ek Ka Sarn Yuen Yan Jak Rong Ram
飯店確認信函

กล้องดิจิตอล
Klong Digital
數位相機

ตั๋วเครื่องบิน
Tua Kreuang Bin
機票

เพื่อน	เตรียมสัมภาระที่จะเอาไป เที่ยวเรียบร้อยหรือยังคะ / ครับ ?
Puen	Triam Saam Paa Ra Tee Ja Ao Bai Tiao Reab Roi Rue Yang Ka / Klab
朋友	去旅行的東西都帶齊了嗎 ？

ดิฉัน / ผม	เรียบร้อยแล้ว ค่ะ / ครับ ในกระเป๋าสะพายมีพาสปอร์ต กระเป๋าเงิน และบัตร เครดิต
Di Chan（女）/ Phom（男）	Reab Roi Laew Ka / Klab Nai Kra Bao Sa Pai Mee Passport Kra Bao Ngen Lae Bud Credit
我	是的，旅行背包裡面有護照、有錢包， 還有信用卡。

暢遊泰國 Q&A: 行前準備

Q：泰國的電壓是幾伏特？

A. 100 โวลท์　100 伏特　　　　　B. 110 โวลท์　110 伏特
C. 200 โวลท์　200 伏特　　　　　D. 220 โวลท์　220 伏特

　　泰國的電壓是 220 伏特，插座孔的設計是三孔型，但是一般二孔設計的插頭也都可以使用。雖然泰國常年都是高溫，但旅行偶爾還是會遇到溫度變化的情況，例如進出冷氣房，冷熱之間很容易感冒，所以建議帶一件薄外套以應溫度變化所需。畢竟出門在外，如果招致風寒，可是很掃興的一件事。若是冬季 12 月要到泰國北部區域，例如清邁或清萊等地，外套絕對必備，因為山區的氣溫，早晚有可能低至 5℃ 左右。

STEP 2

สนามบิน
Sa Nam Bin
機場篇

飛機已經抵達泰國，即將開心度假了。但要如何出關呢？
從移民局入關審查開始，一連串的步驟，且讓這本書帶領你順利地踏
上擁有微笑國度之稱的泰國。

STEP 02

ตรวจสอบผู้โดยสารขาเข้า
Truad Sob Pu Doey San Ka Kao 入國審查

ดิฉัน / ผม มา เที่ยว
Di Chan / Phom Ma Tiao
我是來 觀光 。

把以下單字套進去，開口説説看！

หาเพื่อน
Ha Puen
找朋友

ศึกษาต่อ
Suek Sa Tor
研讀學習

เข้าร่วมสัมมนาทางการศึกษา
Kao Ruam Sam Ma Na Tang Karn Suek Sa
參加學術研討會

ประชุม
Pra Chum
商務會議

เยี่ยมญาติ
Yieam Yart
探望親戚

พักผ่อน
Phak Phon
度假

เจ้าหน้าที่ตรวจคนเข้าเมือง

Jao Na Tee Truad Kon Kao Muang

移民局官

ขอพาสปอร์ตด้วยค่ะ /
ครับ มาทำอะไรที่เมืองไทยค่ะ /
ครับ ？

Khor Passport Duay Ka / Klab
Ma Tam A-Rai Tee Muang Thai Ka / Klab
請給我護照。
來泰國的目的是什麼呢？

ดิฉัน / ผม

Di Chan（女）/ Phom（男）
我

มาพักผ่อนค่ะ / ครับ

Ma Phak Phon Ka / Klab
是來度假。

เจ้าหน้าที่ตรวจคนเข้าเมือง

Jao Na Tee Truad Kon Kao Muang
移民局官

มาเที่ยวนานกี่วันค่ะ / ครับ ？

Ma Tiao Nan Kee Wan Ka / Klab
會停留多久的時間呢？

ดิฉัน / ผม

Di Chan（女）/ Phom（男）
我

หนึ่งสัปดาห์ค่ะ / ครับ

Neung Sap Da Ka / Klab
一星期。

暢遊泰國 Q&A: 台灣到泰國的航線

Q：台灣飛到泰國曼谷，需要多久時間？

A.หนึ่งชั่วโมง 1 小時　　　　B.สองชั่วโมง 2 小時
C.สามชั่วโมง 3 小時　　　　D.หกชั่วโมง 6 小時

　　泰國是台灣人非常喜歡的休閒度假國度，同時由於曼谷是亞歐航線的重要中繼點，因此台北到曼谷的航空公司非常多。從桃園機場出發到曼谷，飛行時間大約是 3.5 小時，「中華航空」、「長榮航空」、「星宇航空」、「泰國航空」、「泰越捷航空」、「泰國亞洲航空」、「泰國獅航」還有「荷蘭航空」等，都有直飛的航班。若是要到泰國的其他觀光熱門景點，如北部的清邁以及南部的普吉島，不同的航空公司也有提供直飛的航班。即使是從曼谷轉機，再銜接到泰國各地點，也是非常方便。

รับกระเป๋าสัมภาระ

MP3 07

Raab Kra Bao Saam Paa Ra 領取行李

รถเข็น อยู่ตรงไหน ?

Rod Ken You Trong Nai

推車 在什麼地方呢？

把以下單字套進去，開口說說看！

022

สายพานรับกระเป๋า
Sai Pan Raab Kra Bao
行李轉盤

ตู้กดน้ำ
Too Kod Nam
飲水機

ห้องน้ำ
Hong Nam
廁所

สินค้าปลอดภาษี
Sin Kar Plod Pha Si
免税店

แลกเปลี่ยน
เงินตราต่างประเทศ
Lak Plien Ngen Tra Tang Pra Ted
貨幣兑換處

จุดแจ้งกระเป๋าหาย
Jud Jang Kra Bao Hai
提領行李申訴櫃檯

ดิฉัน / ผม Di Chan（女）/ Phom（男） 我	**จุดแจ้งกระเป๋าหายอยู่ที่ไหนคะ / ครับ ?** Jud Jang Kra Bao Hai You Tee Nai Ka / Klab 提領行李申訴櫃檯在哪裡呢？
เจ้าหน้าที่ Jao Na Tee 工作人員	**มีอะไรคะ / ครับ ?** Mee A-Rai Ka / Klab 怎麼了嗎？
ดิฉัน / ผม Di Chan（女）/ Phom（男） 我	**ดิฉัน / ผม หากระเป๋าไม่เจอค่ะ / ครับ** Di Chan / Phom Ha Kra Bao Mai Jer Ka / Klab 我沒有看到我的行李。
เจ้าหน้าที่ Jao Na Tee 工作人員	**ขอดูใบรับกระเป๋าสัมภาระด้วยค่ะ / ครับ ?** Khor Doo Bai Raab Kra Bao Saam Paa Ra Duay Ka / Klab 能讓我看行李牌嗎？
ดิฉัน / ผม Di Chan（女）/ Phom（男） 我	**นี่ค่ะ / ครับ** Nee Ka / Klab 好，就是這個。

暢遊泰國 Q&A: 入關注意事項

Q：入境泰國時，必須接受哪一種審查？

A. ใช้ระบบพิมพ์ลายนิ้วมือ 採取指紋
B. ถ่ายรูป 拍照
C. ผ่านด่านตรวจคนเข้าเมือง 移民官員審查
D. ทั้งหมดที่กล่าวข้างต้น 以上皆是

　　抵達泰國，下飛機之後，走至移民局櫃檯，排隊審查入關。搭乘商務艙的旅客可以排在人數較少的「Fast Track」的禮遇櫃檯區域。如果是搭乘經濟艙的旅客，可以在 Bangkok airport fast track 網站購買 VIP Fast track 服務，一位旅客費用是 1,400 泰銖。到達之後，出飛機艙門，就會有專人等候，引導辦理入關手續以及提領行李。對於行動不便的旅客，可以再增購現搭乘電動車，一部車費用是 1,299 泰銖，最多可以乘坐 3 位旅客，其他還有更多的服務，可以自行瀏覽網站的說明。

　　現在移民櫃檯的審查是：將護照及登機證交予移民官員，依照移民官員指示，採取兩手指紋，拍照，移民官員蓋戳之後，送還護照及登機證。

ศุลกากร
Sool La Ka Korn 海關

นั่นคือ ขนมไส้สัปปะรด
Nan Kue Ka Nom Sai Sap Pa Rod

那是 鳳梨酥 。

把以下單字套進去，開口說說看！

024

ชาอูหลง
Cha Oo Long
烏龍茶

บะหมี่กึ่งสำเร็จรูป
Ba Mee Keung Sam Ret Roop
泡麵

ขนมไหว้พระจันทร์
Ka Nom Wai Pra Jan
月餅

ยาจีน
Ya Jean
中藥

ขนมปัง
Ka Nom Bang
麵包

ยากระเพาะ
Ya Kra Pho
胃腸藥

เจ้าหน้าที่ศุลกากร	ช่วยเปิดกระเป๋าหน่อยค่ะ / ครับ นี่คืออะไรคะ / ครับ ?
Jao Na Tee Sool La Ka Korn 海關人員	Chuai Perd Kra Bao Noi Ka / Klab Nee Kue A-Rai Ka / Klab 請打開行李。這是什麼？
ดิฉัน / ผม	นั่นคือขนมไหว้พระจันทร์ค่ะ / ครับ
Di Chan（女）/ Phom（男） 我	Nan Kue Ka Nom Wai Pra Jan Ka / Klab 那是月餅。
เจ้าหน้าที่ศุลกากร	มีของต้องสำแดงไหมคะ / ครับ ?
Jao Na Tee Sool La Ka Korn 海關人員	Mee Klong Tong Sam Daeng Mai Ka / Klab 有沒有要申報的東西？
ดิฉัน / ผม	ไม่มีค่ะ / ครับ
Di Chan（女）/ Phom（男） 我	Mai Mee Ka / Klab 沒有。

暢遊泰國 Q&A: 到泰國攜帶的物品

Q：入境泰國時，可攜帶的物品？

A.เนื้อวัวแผ่น　牛肉乾　　　　　B.ผลไม้อบแห้ง　水果乾
C.บะหมี่กึ่งสำเร็จรูป　泡麵　　　　D.ทั้งหมดดังกล่าวข้างต้น　以上皆是

　　一般到泰國旅行，因為天氣炎熱的關係，飲食上偶爾可能引起不適，因此帶些泡麵及牛肉乾、水果乾等零食隨行，不僅可以稍解思鄉之苦，當玩得過頭時，還可以立即充飢。而常備的胃腸藥品，更是有備無患。

　　到泰國旅遊或者是訪友，最佳的伴手禮非鳳梨酥莫屬。原因是泰國人喜愛甜食，對於台灣的名產，泰國人印象最好、最鮮明的就是鳳梨酥。因此建議到泰國的時候，帶上幾盒小包裝的鳳梨酥，無論是公關或送禮，都是維繫友誼的良品。

STEP 02

แลกเปลี่ยนเงินตราต่างประเทศ
Lak Plien Ngen Tra Tang Pra Ted 貨幣兌換處

ดิฉัน / ผม ต้องการแลก เงินไต้หวัน เป็นเงินบาท
Di Chan / Phom Trong Karn Lak Ngen Taiwan Pen Ngen Baht
我要把 台幣 兌換成泰銖。

把以下單字套進去，開口說說看！

เงินยูเอส
Ngen U.S.
美元

เงินออสเตรเลีย
Ngen Australia
澳幣

เงินเยน
Ngen Yen
日幣

เงินจีน
Ngen Jean
人民幣

เงินยูโร
Ngen Euro
歐元

เงินฮ่องกง
Ngen Hong Kong
港幣

ดิฉัน / ผม	แลกเงินไต้หวันเป็นเงินบาทได้ไหมคะ / ครับ ？
Di Chan（女）/ Phom（男）我	Lak Ngen Taiwan Pen Ngen Baht Dai Mai Ka / Klab 我可以把台幣換成泰銖嗎？
เจ้าหน้าที่ธนาคาร	ได้ค่ะ / ครับ
Jao Na Tee Ta Na Kan 銀行人員	Dai Ka / Klab 可以。
ดิฉัน / ผม	ขอแลก 500 บาท ขอเป็นแบงค์ 20 10 ใบ แบงค์ 50 4 ใบ แบงค์ 100 1 ใบ ค่ะ / ครับ
Di Chan（女）/ Phom（男） 我	Khor Lak Ha Roi Baht Khor Pen Bank Yee Sib Sib Bai Bank Ha Sib See Bai Bank Neung Roi Neung Bai Ka / Klab 我要換 500 泰銖，請給我 20 泰銖的 10 張及 50 泰銖的 4 張、100 泰銖 1 張。
เจ้าหน้าที่ธนาคาร	ได้ค่ะ / ครับ กรุณารอสักครู่
Jao Na Tee Ta Na Kan 銀行人員	Dai Ka / Klab Ka Ru Na Ror Sak Kru 好的，請稍等。

暢遊泰國 Q&A: 泰國的貨幣

Q：泰國的貨幣中，最高的面額是多少？

A. 1,000 บาท 1,000 泰銖　　　　　B. 500 บาท 500 泰銖
C. 100 บาท 100 泰銖　　　　　　D. 50 บาท 50 泰銖

　　泰國的貨幣單位是「泰銖」（เงินไทย Ngen Thai），英文唸作是「Baht」。幣值約等於台幣。在硬幣方面，有 25 分、50 分、1 泰銖、5 泰銖及 10 泰銖之分，而紙幣則有 20 泰銖、50 泰銖、100 泰銖、500 泰銖及 1,000 泰銖這幾種。

　　在泰國接受服務時，都有給小費的習慣。一般說來最低從 20 泰銖給起，再視服務工作的困難度及服務品質多給一些。例如在機場搭乘出租車（ลีมูซีน Limousine），當有工作人員幫你推送行李，直到放妥進車內，可以給 20～50 泰銖。所以在旅途中，有必要在身上放些 20 或 50 泰銖的紙幣。當然，千萬不要用硬幣當小費，這樣是不禮貌的行為。

STEP 3

การเดินทาง
Karn Dern Tang
交通篇

泰國的交通工具十分多元，尤其曼谷是有名的塞車城市，因此發展出多樣的交通工具，演變至今，也就成為相當具有觀光特色的景觀。就讓本書教你用各式各樣的交通工具暢行泰國吧！

จากสนามบินเข้ากรุงเทพ

Chak Sa Nam Bin Kao Krung Thep 從機場到曼谷市區

Phaya Thai

ขึ้น แอร์พอร์ตลิงค์ ได้ที่ไหน ?

Khuen Airport-(Rail)-Link Dai-Tee-Nai

機場快線 要在哪裡搭乘呢 ?

把以下單字套進去，開口説説看！

รถไฟ Rot Fai 火車	ลีมูซีน Limousine 出租車
แท็กซี่ Taxi 計程車	รถไฟฟ้าบีทีเอส Rot Fai Fah BTS 空鐵
แอร์พอร์ตบัส Airport Bus 機場巴士	รถไฟฟ้าเอ็มอาร์ที Rot Fai Fah MRT 地鐵

ดิฉัน / ผม	ขอโทษนะคะ / ครับ
Di Chan（女）/ Phom（男） 我	Kho Thot Na Ka / Klab 對不起。
คนไทย	ค่ะ / ครับ
Kon Thai 泰國人	Ka（女）/ Klab（男） 是。
ดิฉัน / ผม	ขึ้นแอร์พอร์ตลิงค์ได้ที่ไหนคะ / ครับ？
Di Chan（女）/ Phom（男） 我	Khuen Airport-(Rail)-Link Dai Tee Nai Ka / Klab 機場快線要在哪裡搭乘？
คนไทย	เดินตรงไปแล้วลงลิฟต์ไปที่ชั้นB1 ก็จะเห็นค่ะ / ครับ
Kon Thai 泰國人	Den Tong Bai Laew Long Lift Bai Tee Chan B1 Kor Ja Hen Ka / Klab 請直走，然後搭電梯下到 B1 層就看到了。
ดิฉัน / ผม	ขอบคุณค่ะ / ครับ
Di Chan（女）/ Phom（男） 我	Khob Khun Ka / Klab 謝謝。

暢遊泰國 Q&A: 最便捷的選擇

Q：什麼交通工具是從機場到市區的最優選項？

A.แอร์พอร์ตลิงค์ 機場快線   B.แท็กซี่ 計程車

C.แอร์พอร์ตบัส 機場巴士   D.ลีมูซีน 出租車

    曼谷蘇凡納布（Suvarnabhumi；สุวรรณภูมิ Su Wan Na Bhum）國際機場到市區的距離有 28.6 公里。如果是輕裝簡從，行李不多，那麼機場快線將是盡快帶你到達市區的第一選擇。列車從機場到終點站 Phaya Thai Station，耗時 26 分鐘，票價 45 泰銖。列車和市區的空鐵（BTS Phaya Thai Station）有接軌，或者是在 Makkasan station 站，走一小段到地鐵（MRT Phetchaburi station）換乘，對到達目的地真的很方便。

    要是行李多些或重些，那就選擇計程車或出租車，其差別就是舒適的程度。出租車在出海關大門後就可以見到，當付費之後，就有專人推行李車，服務到坐進車內為止。而搭乘計程車就得自己推行李車，到有專門排班的地方。出租車價格大約是計程車的二倍，依目的地的距離計價。

ห้องขายตั๋ว

Hong Kai Tuo 售票處

ขอซื้อ ตั๋วเที่ยวเดียว 2 ใบ ใบละ 25 บาท

Khor Sue Tuo Tiao Diao 2 Bai Bai la Yee Sib Ha Baht

請給我 2 張 25 泰銖單程票。

ตั๋วโดยสารเที่ยวเดียว
Tuo Doi San Tiao Diao
單次票（Single Journey Ticket, BTS）

เหรียญโดยสารสำหรับเดินทางเที่ยวเดียว
Lian Doi San Sam Rap Dern Tang Tiao Diao
單次票（Single Journey Token, MRT）

บัตรโดยสารประเภท 1 วัน
Bud Doi San Pra Pet Neung Wan
一日票（One-Day Pass, BTS）

บัตรเติมเงิน
Bud Term Ngen
MRT 儲值卡
（Stored Value Card, MRT）

บัตรแรบบิท
Rabbit card（BTS 空鐵的儲值卡）
註：購買 BTS 空鐵的儲值卡及 MRT 儲值卡都要使用護照登記。

ดิฉัน / ผม Di Chan（女）/ Phom（男） 我	**ขอซื้อตั๋วใบละ 200 บาท 1 ใบค่ะ / ครับ** Khor Sue Tuo Bai La Song Roi Baht Neung Bai Ka / Klab 請給我 1 張 200 泰銖的儲值卡。
คนขายตั๋ว Kon Kai Tuo 售票處的人	**ใช่ตั๋วใบละ 200 บาทไหมคะ / ครับ ?** Chai Tuo Bai La Song Roi Baht Mai Ka / Klab 是 200 泰銖的儲值卡嗎？
ดิฉัน / ผม Di Chan（女）/ Phom（男） 我	**ใช่ค่ะ / ครับ** Chai Ka / Klab 是的。
คนขายตั๋ว Kon Kai Tuo 售票處的人	**นี่ค่ะ / ครับ ตั๋ว เงินทอน** **800 บาทค่ะ / ครับ** Nee Ka / Klab Tuo Ngen Torn Pad Roi Baht Ka / Klab 好的，這是你要的票，還有找的 800 泰銖。
ดิฉัน / ผม Di Chan（女）/ Phom（男） 我	**ขอบคุณค่ะ / ครับ** Khob Khun Ka / Klab 謝謝。

暢遊泰國 Q&A: 最便捷的選擇

Q：曼谷市大眾運輸系統，哪一種最方便？

A.รถไฟฟ้าบีทีเอส　空鐵（BTS）　　　B.รถไฟใต้ดิน　地鐵（MRT）
C.รถโดยสารประจำทาง　公共巴士（Bus）　D.เหมือนกัน　都一樣

　　曼谷市建構的大眾運輸系統中，有空鐵（BTS）及地鐵（MRT）二大系統，二者相互交錯，形成網狀，幾乎涵蓋了曼谷各個區域，不僅舒緩交通擁擠現象，也是許多到訪曼谷觀光客最喜歡利用的交通工具。空鐵（BTS）及地鐵（MRT）二大系統各自經營，但都有交匯點可供轉乘，每當列車行駛到交匯點時，會有廣播，方便乘客轉乘，很是便利。

　　二系統各有發行不同時效需求的儲值票卡（等同於台灣的悠遊卡），到訪時可以自行斟酌，購買需要天數的儲值票卡，就可以暢行大曼谷。

รถโดยสารประจำทาง

Rod Doi San Pra Jam Thang 巴士公車

 MP3 17

ลง ป้ายถัดไป

Long Bai Tad Bai

請在 下一站 下車。

034

ป้ายที่สอง
Bai Tee Song
第二站

หน้าสถานีเอ็มอาร์ที
Nar Sa Ta Nee MRT
地鐵站前面（MRT）

ที่นี่
Tee Nee
這裡

ตรงนั้น
Trong Nan
那裡

หน้าสถานีบีทีเอส
Nar Sa Ta Nee BTS
空鐵站前面（BTS）

หน้าห้างสรรพสินค้า
Nar Harng Saap Pra Sin Kar
百貨公司前

ดิฉัน / ผม	ป้ายถัดไปคือที่ไหนคะ / ครับ ?
Di Chan（女）/ Phom（男） 我	Bai Tad Bai Kue Tee Nai Ka / Klab 下一站是哪裡呢？
กระเป๋ารถเมล์ Kai Bao Rod Mea 公車服務員	ศูนย์การค้าเซ็นทรัลเวิล์ด ค่ะ / ครับ Soon Karn Kar Central World Ka / Klab 是 Central World 購物中心。
ดิฉัน / ผม Di Chan（女）/ Phom（男） 我	ผ่านสถานีสยามแล้วหรือยังคะ / ครับ ? Pan Sa Ta Nee Siam Laew Rue Yang Ka / Klab 暹邏站過了嗎？
กระเป๋ารถเมล์ Kai Bao Rod Mea 公車服務員	ผ่านแล้วค่ะ / ครับ Pan Laew Ka / Klab 已經過了。
ดิฉัน / ผม Di Chan（女）/ Phom（男） 我	งั้นดิฉัน / ผม ลงที่นี่ ค่ะ / ครับ Ngan Di Chan / Phom Long Tee Nee Ka / Klab 那，我就在這裡下車。

暢遊泰國 Q&A: 曼谷的公車

Q：曼谷的公車，一段票要多少錢？

A.ประมาณ 10 บาท 約 10 泰銖　　B.ประมาณ 15 บาท 約 15 泰銖

C.ประมาณ 20 บาท 約 20 泰銖　　D.คิดตามระยะทาง 依搭乘站數計費

　　曼谷市公車的起站費用依車種來分，有較便宜的無空調車及價錢較高的空調車二種。儘管空調車車資稍高，但仍非常便宜。

　　無空調車的起站費用，米紅色（Cream-Red；ครีม–แดง Cream-Daeng）8 泰銖；直達車 10 泰銖；深夜行駛（23:00 ～ 05:00）是 9.5 泰銖。

　　空調車則是封閉型米藍色（Cream-Blue； ครีม–น้ำเงิน Cream-Nam Nguen）的車體，車資是 12 ～ 20 泰銖，視搭乘距離遠近。比較豪華的 Euro 2 黃橘色（Yellow-Orange；เหลือง–ส้ม Leang-Som）車體，車資是 13 ～ 25 泰銖，也是視搭乘距離遠近。另外還有一種使用瓦斯燃料的藍色空調公車，車資是 15 ～ 25泰銖。

　　如果擔心錯過下車地點，可以在上車時就先跟隨車的服務員講述要到達的目的地，該員便會協助你在就近的地點下車。

STEP 03
รถแท็กซี่
Rod Taxi 計程車

MP3 19

ถึง สถานีพร้อมพงศ์
Teung Sa Ta Nee PhromPhong
請到 澎蓬站 。

036

สยามสแควร์
Siam Square
暹邏廣場

พระที่นั่งวิมานเมฆ
Phra Tee Nang Wimanmek
金柚木宮
（ Wimanmek Golden Teak Mansion ）

ตลาดน้ำ
Ta Lad Nam
水門市場

พระที่นั่งอนันตสมาคม
Phra Tee Nang AnantaSamakhom
阿南達沙瑪空皇家御會館
（ AnantaSamakhom Throne Hall ）

จ็อดแฟร์
JODD Fairs
喬德夜市

สถานีหมอชิต
Sa Ta Nee Mor Chid
巴士北站

ดิฉัน / ผม Di Chan（女）/ Phom（男） 我	**ไปโรงแรมโนโวเทลค่ะ / ครับ** Bai Rong Ram Novotel Ka / Klab 請到諾富特（Novotel）飯店。
คนขับรถ Kon Kab Rod 駕駛	**ค่ะ / ครับ** Ka（女）/ Klab（男） 好的，知道了。
ดิฉัน / ผม Di Chan（女）/ Phom（男） 我	**ด้านขวาคืออะไรคะ / ครับ ?** Dan Kwa Kue A-Rai Ka / Klab 右邊的（建築物）是什麼呢？
คนขับรถ Kon Kab Rod 駕駛	**อนุสาวรีย์ชัยสมรภูมิค่ะ / ครับ** A-Nu-Sao-Wa-Ree-Chai-Sa-Morn-Ra-Phum Ka / Klab 是勝利紀念碑（Victory Monument）。
ดิฉัน / ผม Di Chan（女）/ Phom（男） 我	**ดิฉัน / ผม ลงที่นี่ค่ะ / ครับ** Di Chan / Phom Long Tee Nee Ka / Klab 那我要在這裡下車。

暢遊泰國 Q&A：曼谷的計程車

Q：曼谷的計程車，起跳要多少錢？

A.ประมาณ 50 บาท　約 50 泰銖　　B.ประมาณ 60 บาท　約 60 泰銖

C.ประมาณ 100 บาท　約 100 泰銖　D.ประมาณ 200 บาท　約 200 泰銖

　　泰國有像台灣依照里程跳表的計程車，但現階段只有在曼谷市區。計算方式是先有起跳費用，再依里程跳表，無夜間加成。曼谷的計程車並無像台灣有固定的黃顏色，而是有眾多不同的顏色，但是都可以看見 Taxi 的字樣，很容易識別。

　　泰國的計程車費用比台灣便宜，起跳費是 35～40 泰銖（比較大的車，例如有較大行李箱的車型），1 公里後開始續跳，之後，10 公里內，每公里是 6.5 泰銖。10～20 公里，每公里是 7 泰銖；20～40 公里，每公里是 8 泰銖；40～60 公里，每公里是 8.5 泰銖；60～80 公里，每公里是 9 泰銖。80 公里以上，每公里是 10.5 泰銖。但是考慮到塞車的因素，等待時每分鐘會跳表 3 泰銖。乘客到達目的地後，只要依照表上顯示的數字付費即可。市區內每次搭乘的費用大約是 100～120 泰銖，而從市區到蘇凡納布國際機場大約是 500～600 泰銖。在蘇凡納布國際機場搭乘排班的計程車，要再增加 50 泰銖。

STEP 03

รถตุ๊กตุ๊ก และ มอเตอร์ไซด์

Rod Tuk Tuk Lae MotorCycle 都都車及摩托車

Asia Tique

ไป เอเชียทีค เท่าไร ?

Bai Asiatique Tao Rai

到 Asia Tique 夜市 要多少錢 ?

把以下單字套進去，開口説説看！

บีทีเอส สีลม
BTS Silom
席隆站

ถนนข้าวสาร
Ta Non Khao San
考山路

สุขุมวิท ซอย 24
Sukhumvit Soi 24
蘇坤蔚 24 巷

มาบุญครอง
Ma Boon Krong
瑪玟空

ถนนเยาวราช
Ta Non Yao Wa Rat
華人街

จตุจักร
Cha Tu Chak
乍都乍週末市場

ดิฉัน / ผม Di Chan（女）/ Phom（男） 我	ไปโรงแรมไอบีส สาธร เท่าไร คะ / ครับ ? Bai Rong Ram Ibis Sathorn Tao Rai Ka / Klab 我要到薩通艾畢思（Sathorn Ibis）飯店。
คนขับรถ Kon Kab Rod 駕駛	50 บาท ค่ะ / ครับ 50 Baht Ka / Klab 那要 50 泰銖。
ดิฉัน / ผม Di Chan（女）/ Phom（男） 我	30บาทได้ไหม คะ / ครับ ? Sam Sib Baht Dai Mai Ka / Klab 30 泰銖可以嗎？
คนขับรถ Kon Kab Rod 駕駛	ได้ ค่ะ / ครับ Dai Ka / Klab 好吧。
ดิฉัน / ผม Di Chan（女）/ Phom（男） 我	ช่วยขับช้าช้านะคะ / ครับ ,ไม่ต้องรีบ Chuai Kab Cha Cha Na ka / Na Klab , Mai Tong Reeb 好的，就請你慢慢開，不要急。

暢遊泰國 Q&A: 都都車及摩托車

Q：都都車及摩托車是如何計價？

A.ประมาณ20 บาท　約 20 泰銖　　　B.ประมาณ50 บาท　約 50 泰銖
C.ประมาณ100 บาท　約 100 泰銖　　D.ประมาณ200 บาท　約 200 泰銖

　　都都車就是三輪摩托車，可以搭乘 2 ～ 3 人。這是曼谷市特有的觀光交通工具，特別分布在觀光客較多的區域。要搭乘時，只要看到空車即可招手，而乘車費用是先與駕駛談妥後才上車。

　　摩托車則是因應塞車之苦而另類可以選擇的交通工具。全大曼谷區域有約 500 個據點，每個據點約有 10 ～ 15 部摩托車。摩托車駕駛都穿有泰文數字的橘色背心，非常好識別。乘車費用也是在搭乘之前要先與駕駛談妥。現在這些載客的摩托車都有自律管理，會依照距離遠近，有個大約的收費標準。無論如何，這二項交通工具是短距交通的好選擇。

STEP 4

ที่พัก
Tee Pak
住宿篇

玩累了，只要睡個舒服的覺，醒來又是生龍活虎，

可以再繼續用力地玩，多快意啊！

本單元要告訴你如何辦理入住飯店，幫你盡快進入休息的空間，

儲備好能量，迎接另一個美好的明天。

เช็คอินที่พัก

Check in Tee Pak 辦理住宿

ผมมาจากไต้หวัน ผมชื่อ หลี่กวง

Phom Ma Jak Taiwan, Phom Chue Lee Guang

我來自台灣，我的名字是 李光 。

 把以下單字套進去，開口說說看！

หวังอู่
Wang wu
王五

หวู่ต้า
Wu Da
吳大

ฮวงจิ้น
Huang Jin
黃進

เหย่หลิว
Yeh Liu
葉六

หลินจง
Lin Zhong
林中

จางซาน
Chang San
張三

ดิฉัน / ผม Di Chan（女）/ Phom（男） 我	**ดิฉัน / ผม ต้องการเช็คอินค่ะ / ครับ** Di Chan / Phom Tong Karn Check In Ka / Klab 我要辦理住宿。
เคาน์เตอร์เช็คอิน Counter Check in 櫃檯人員	**ไม่ทราบว่า จองมาด้วยชื่ออะไร คะ / ครับ ?** Mai Saap Wa Jong Ma Duay Chue A-Rai Ka / Klab 請問，你訂房用的名字是？
ดิฉัน / ผม Di Chan（女）/ Phom（男） 我	**หลี่กวงค่ะ / ครับ จากไต้หวัน** Lee Guang Ka / Klab Jak Taiwan 我用的名字是李光，來自台灣。
เคาน์เตอร์เช็คอิน Counter Check in 櫃檯人員	**กรุณารอสักครู่นะคะ / ครับ ?** Ka-Ru-Na Ror Sak Kru Na Ka / Klab 請稍等一下。

暢遊泰國 Q&A: 泰國的住宿

Q：泰國提供哪些型態的住宿？

A.**โรงแรม** 觀光商務型飯店   B.**วิลล่า แอนด์ รีสอร์ต** 度假別墅

C.**เกสท์เฮ้าส์** 招待所   D.**เซอร์วิส อพาร์ทเมนท์** 酒店式公寓

觀光商務型飯店（Hotel）：指的是一般依星級劃分等級的飯店。

度假別墅（Villa & Resort）：一般位於度假島嶼上，雖然名稱同為「度假別墅」，但也會依據設備及服務之舒適豪華程度，而有不同等級與價格。其房間的型態就如同獨立的「小木屋」，通常內部會有 1 ～ 2 個房間。

招待所（Guest House）：可以說是背包客的最愛，一棟房子內隔成許多間雅房，好一點的會附有盥洗室，但是大部分都要去公共浴廁，是價格最便宜的住宿選擇。

酒店式公寓（Service Apartment）：這是都會區提供給商務人員停留較長時間的住所，通常只有住宿而無餐飲設施，所以若是要深度旅遊或停留一週以上，可以選擇這種公寓，價格比一般商務觀光飯店合宜。

ดิฉัน / ผม ขอ ห้องไม่สูบบุหรี่

Di Chan / Phom Khor Hong Mai SoobBuri

請給我 不吸菸 的房間。

把以下單字套進去，開口說說看！

ห้องที่เห็นวิว
Hong Tee Hen View
風景好的

ห้องที่หันหน้าเข้าทะเล
Hong Tee Han Nar Kao Ta-Lay
面向海的

ห้องสำหรับครอบครัว
Hong Sam Rab Krob Krua
家庭式的

ห้องที่อยู่ชั้นสูง
Hong Tee Yu Chan Sung
高樓層的

ห้องที่เงียบ
Hong Tee Ngiap
安靜的

ห้องที่แดดส่อง
Hong Tee Dad Song
採光好的

ดิฉัน / ผม	**ดิฉัน / ผม ขอห้องที่ต้องการได้ไหม คะ / ครับ ?**
Di Chan（女）/ Phom（男） 我	Di Chan / Phom Khor Hong Tee Tong Karn Dai Mai Ka / Klab 我可以要求想要的房間嗎？
เคาน์เตอร์เช็คอิน	**ได้ค่ะ / ครับ**
Counter Check in 櫃檯人員	Dai Ka / Klab 可以。
ดิฉัน / ผม	**ดิฉัน / ผม ขอห้องหันหน้าเข้าทะเลนะคะ / ครับ**
Di Chan（女）/ Phom（男） 我	Di Chan / Phom Khor Hong Han Nar Kao Ta-lay Na Ka / Klab 請給我看得到海的房間。
เคาน์เตอร์เช็คอิน	**ได้ค่ะ / ครับ**
Counter Check in 櫃檯人員	Dai Ka / Klab 好的。

暢遊泰國 Q&A: 飯店內提供的物品

Q：飯店內免費提供哪些物品？

A.ผ้าเช็ดตัว 毛巾　　　　B.น้ำแร่ 礦泉水

C.ชา 茶包　　　　　　　D.ทั้งหมดที่กล่าวข้างต้น 以上皆是

045

　　泰國的觀光商務型飯店，通常房間內會準備一些物品免費提供給住宿房客，例如毛巾、茶包等。但是由於環保的理由，許多飯店已經不再準備牙膏、牙刷及刮鬍刀，房客必須自備。儘管如此，通常房間內會免費提供 2 瓶礦泉水，另外需要付費的飲品則會有價格標示。其中，最常讓房客誤解成免費物品的是拖鞋，簡單辨別的方式就是有塑膠袋封套、材質屬於紙類的拖鞋，就是免費的。

STEP 04

สิ่งอำนวยความสะดวกภายในโรงแรม

Sing Am Nuay Kuam Sa Duak Pai Nai Rong Ram 飯店內的設施

ห้องอาหาร อยู่ที่ไหน ?

Hong A-Harn You Tee Nai

餐廳 是在哪一樓 ?

把以下單字套進去，開口說説看！

046

สระว่ายน้ำ
Sar Wai Nam
游泳池

ห้องประชุม
Hong Pra Chum
會議室

ฟิตเนส เซ็นเตอร์
Fitness Center
健身房

ห้องจัดเลี้ยง
Hong Chad Liang
宴會廳

บิสสิเนส เซ็นเตอร์
Business Center
商務中心

ห้องอาหารจีน
Hong A-Harn Jean
中餐廳

MP3
28

ดิฉัน / ผม	**ขอโทษนะคะ / ครับ ไม่ทราบว่าฟิตเนส เซ็นเตอร์อยู่ชั้นไหนคะ / ครับ ?**
Di Chan（女）/ Phom（男） 我	Khor Tod Na Ka / Klab Mai Sarb Wa Fitness Center You Chan Nai Ka / Klab 對不起，健身房在哪一樓呢？
พนักงาน	**อยู่ชั้น 12 ค่ะ / ครับ**
Pha Nak Ngan 工作人員	You Chan Sib Song Ka / Klab 是在 12 樓。
ดิฉัน / ผม	**เปิด / ปิด กี่โมงคะ/ ครับ ?**
Di Chan（女）/ Phom（男） 我	Perd / Pid Kee Mong Ka / Klab 使用時間是什麼時候呢？
พนักงาน	**เปิด 10 โมงเช้า ปิด 4 ทุ่ม ค่ะ/ ครับ**
Pha Nak Ngan 工作人員	Perd Sib Mong Chao Pid See Tum Ka / Klab 是早上 10 點到晚上 10 點鐘。
ดิฉัน / ผม	**ขอบคุณค่ะ / ครับ**
Di Chan（女）/ Phom（男） 我	Khob Khun Ka / Klab 好的，謝謝你。

暢遊泰國 Q&A: 飯店內提供的服務

Q：飯店內免費提供哪些服務？

A. อินเทอร์เน็ต 網路　　　　　　　B. รับ / ส่งกระเป๋าเดินทาง 行李收送
C. บริการการแพทย์ฉุกเฉิน 醫療急救　　D. ทั้งหมดที่กล่าวข้างต้น 以上皆是

　　泰國一般商務觀光飯店都有提供一些免費服務。當旅客到達時，門房就會收取大小行李，當獲知房號後，只要告訴門房，他們都會盡快地將客人行李送達房間。雖說是免費的服務，但還是要隨喜給予小費，若身上剛好沒有小鈔，只要真心地說聲感謝，也是無妨的。至於網路使用，則視飯店的行銷政策，現今只要五星級以上的飯店，都有免費無線上網的服務。另外，大型的五星級飯店也都設有醫療室及醫護人員，簡單的醫護工作無需付費，但若情況比較嚴重時，醫護人員也會將患者送達適當的醫院醫治，但醫院的醫療部分，客人就必須自費了。

STEP 04

รูมเซอร์วิส
Room Service 客房服務

ดิฉัน / ผม ขอ บริการมอร์นิ่งคอล ด้วยคะ / ครับ
Di Chan / Phom Khor Bor Ri Karn Morning Call Duay Ka / Klab
我需要 叫醒服務……。

ทำความสะอาดห้องพัก
Tam Kwam Sa-Ard Hong Pak
清潔房間

บริการซักรีด
Bor Ri Karn Sak Reed
送洗衣服服務

น้ำแข็ง
Nam Kang
冰塊

คอนเซียซ
Concierge
行李拖送

เปลี่ยนผ้าปูที่นอน
Plian Par Poo Tee Norn
更換床單

บริการอาหารในห้องพัก
Bor Ri Karn A-Harn Nai Hong Pak
送餐服務（Room Service）

ดิฉัน / ผม	รบกวนพรุ่งนี้ขอมอร์นิ่งคอล7 โมง นะคะ / ครับ
Di Chan（女）/ Phom（男）我	Rob Guan Pung Nee Khor Morning Call Jed Mong Na Ka / Klab 請設 7 點鐘叫醒服務。
พนักงาน	ได้ค่ะ / ครับมอร์นิ่งคอล7 โมง
Pha Nak Ngan 工作人員	Dai Ka / Klab Morning Call Jed Mong 知道了，是明天早上 7 點鐘吧。
ดิฉัน / ผม	รบกวนช่วยดูแอร์ในห้องพักให้ด้วยนะคะ / ครับ
Di Chan（女）/ Phom（男）我	Rob Guan Chuai Doo Air Nai Hong Pak Hai Duai Na Ka / Klab 還有，麻煩你到房間查看空調。
พนักงาน	ได้ค่ะ / ครับ กรุณารอสักครู่
Pha Nak Ngan 工作人員	Dai Ka / Klab Ka-Ru-Na Ror Sak Kru 好的，請稍等。

暢遊泰國 Q&A: 如何給小費

Q：飯店行李員拖送行李，要給多少小費？

A.500 บาท 500 泰銖   B.100 บาท 100 泰銖
C.50 บาท 50 泰銖   D.20 บาท 20 泰銖

　　在泰國接受服務時都有給小費的習慣。一般說來最低從 20 泰銖起，再視服務工作的困難度及服務品質增加。入住飯店的時候，如果有行李員幫你推送送行李到房間內，可以給 20 ～ 100 泰銖，端看行李的多寡及重量。而在離開飯店的時候，也可以要求行李員到房間收行李放上車或推到飯店門口。只要略施小惠，旅途可以更順暢又愉快。

STEP 5

อาหาร
A-Harn
用餐篇

迷人酸、香、辣滋味的泰式料理享譽國際，旅遊泰國，如果不嚐嚐原汁原味的泰式料理，就如同入了寶山空手而回，非常可惜！
本單元要讓你認識泰國菜以及教你如何點餐，除了可以滿足味蕾外，還可以更加認識泰國。

ดิฉัน / ผม ขอ ส้มตำ 1 ที่ คะ / ครับ
Di Chan / Phom Khor Som Tam Neung Tee Ka / Klab
我要 1 份 涼拌木瓜絲。

แกงมัสมั่นไก่
Kang Mas-Sa-Man Kai
黃咖哩雞

ผัดไทย
Pad Thai
泰式炒麵

ปอเปี๊ยะทอด
Po Pia Thod
炸春捲

ทอดมันปลา
Thot Man Pla
泰式咖哩魚餅

ผัดผักรวมมิตร
Phat Phak Ruam Mit
炒什錦蔬菜

ต้มยำกุ้ง
Tom Yam Kung
泰式酸辣蝦湯

ดิฉัน / ผม	ขอเมนูด้วยค่ะ / ครับ
Di Chan（女）/ Phom（男） 我	Khor Menu Duay Ka / Klab 請給我菜單。

บริกร	รอสักครู่ นะคะ / ครับ
Bo Ri Korn 服務人員	Ror Sak Kru Na Ka / Klab 請等一下。

ดิฉัน / ผม	มีอาหารแนะนำไหม คะ / ครับ ?
Di Chan（女）/ Phom（男） 我	Mee A-Harn Nae Nam Mai Ka / Klab 有特別推薦的嗎？

บริกร	มีค่ะ / ครับ ปอเปี๊ยะทอด
Bo Ri Korn 服務人員	Mee Ka / Klab Po Pia Thod 是炸春捲。

ดิฉัน / ผม	ขอปอเปี๊ยะทอด ที่หนึ่ง ค่ะ / ครับ
Di Chan（女）/ Phom（男） 我	Khor Po Piad Thod Tee Neung Ka / Klab 好的，那請給我 1 份炸春捲。

暢遊泰國 Q&A: 難忘滋味的泰式料理

Q：哪一道菜是最具代表性的泰式料理？

A.ปอเปี๊ยะทอด 炸春捲　　B.ทอดมันปลา 泰式咖哩魚餅
C.ต้มยำกุ้ง 泰式酸辣蝦湯　　D.ผัดไทย 泰式炒麵

053

　　泰式料理是足以代表亞洲美食的經典美食，其善用特殊香料的酸辣口味，是吸引各地遊客到訪泰國的原因之一。酸與辣是許多泰國菜的特色，也是這一份酸與辣，讓世界每一位饕客難以忘懷，回味無窮。根據一份簡易的調查，發現每一位吃泰式料理的人幾乎都會點的，就是這一道泰式酸辣蝦湯。無形之中，這份泰式酸辣蝦湯也成為眾人對泰國菜的全體印象。

STEP 05 ร้านอาหารทะเล

Ran A-Harn Ta-Lay 海鮮餐廳

ปลาเก๋า กิโลละเท่าไรคะ / ครับ ?

Pla Kao Ki lo Lar Tao Rai Ka / Klab

這種 石斑魚 1 公斤要多少錢？

把以下單字套進去，開口說說看！

หอยแครง
Hoi Kraeng
血蚶蛤蜊

กุ้งมังกร
Kung Mang Korn
龍蝦

หอยแมลงภู่
Hoi Ma Laeng Phu
淡菜蛤蜊

ปลากะพง
Pla Kra Pong
鱸魚

กุ้งแม่น้ำ
Kung Mae Nam
泰國蝦子

ปู
Poo
螃蟹

054

ดิฉัน / ผม	ปลาหมึกสดไหมคะ / ครับ ？
Di Chan（女）/ Phom（男） 我	Pla Muk Sod Mai Ka / Klab 這些小卷新鮮嗎？

บริกร	สดมากค่ะ / ครับ เพิ่งจับมาวันนี้ค่ะ / ครับ
Bo Ri Korn 服務人員	Sod Mak Ka / Klab Pueng Jab Ma Wan Nee Ka / Klab 是的，很新鮮，是今天剛剛到貨的。

ดิฉัน / ผม	เอามาทำอะไรดีคะ / ครับ ？
Di Chan（女）/ Phom（男） 我	Ao Ma Tam A-Rai Dee Ka / Klab 怎麼做好吃呢？

บริกร	นึ่งมะนาว อร่อยมากค่ะ / ครับ
Bo Ri Korn 服務人員	Nueng Ma-Nao A-Roi Mak Ka / Klab 清蒸檸檬最好吃了。

ฉัน / ผม	เอา 2 ตัวค่ะ / ครับ
Di Chan（女）/ Phom（男） 我	Ao Song Tua Ka / Klab 好的，就選這 2 隻吧。

暢遊泰國 Q&A: 盡嚐原味的泰式海鮮

Q：泰國海鮮餐廳最常烹調的方式是哪一個？

A.นึ่ง 蒸　　　　　　　B.ย่าง 烤
C.ทอด 炸　　　　　　　D.ผัด 炒

　　泰國料理海鮮的方式，大部分也是沿用泰國菜的烹調方法。基本上不會太繁複，會盡量保持食材的原味。所以在泰國享用海鮮大餐，就是要你嚐嚐「鮮」滋味。蒸、烤、炸、炒這些快速的烹調方式，都是泰國海鮮餐廳最常烹調的方式。而有些海鮮，當來到泰國時，非但要嚐，而且務必要放肆地享用。例如沙梭魚（俗稱沙腸仔），炸得香香酥酥有蒜味的沙梭魚，真的是教人回味無窮；而清涮的血蚶蛤蜊，沾著特製酸辣醬吃，更是讓人覺得一生無悔的鮮美。

STEP 05 ร้านก๋วยเตี๋ยว

Ran Kuay Teaw 粿條店

ดิฉัน / ผม ขอ ผัดซีอิ้ว 1 ที่ คะ / ครับ

Di Chan / Phom Khor Pad See Ew Neung Tee Ka / Klab

我要 1 份 炒粿條。

把以下單字套進去，開口説説看！

056

เส้นหมี่น้ำ
Sen Mee Nam
米粉湯

สุกี้น้ำ
Su Ki Nam
冬粉湯

註：在路邊攤或一般的泰
國餐館裡，若是點 Su
Ki Nam，送來的不會
是大火鍋，而碗裡的
主要湯底就是使用我
們説的冬粉湯。

บะหมี่น้ำหมูแดง
Ba Mee Nam Moo Daeng
雞蛋麵湯加叉燒肉

เส้นเล็กน้ำ
Sen Lek Nam
細粿條湯

ก๋วยเตี๋ยวราดหน้า
Kuay Teaw Rad Na
炒粿條羹

เย็นตาโฟ
Yen Ta Fo
泰式釀豆腐

บริกร	ไม่ทราบจะสั่งอะไรดีคะ / ครับ ?
Bo Ri Korn 服務人員	Mai Saap Ja Sang A-Rai Dee Ka / Klab 決定要點餐了嗎？
ดิฉัน / ผม	บะหมี่น้ำหมูแดงพิเศษค่ะ / ครับ ?
Di Chan（女）/ Phom（男） 我	Ba Mee Nam Moo Daeng Pi Set Ka / Klab 雞蛋麵湯要多加 1 份叉燒肉，可以嗎？
บริกร	พิเศษ 40 บาทนะคะ / ครับ
Bo Ri Korn 服務人員	Pi Set See Sib Baht Na Ka / Klab 可以，但是要 40 泰銖。
ดิฉัน / ผม	ได้ค่ะ / ครับ
Di Chan（女）/ Phom（男） 我	Dai Ka / Klab 好的。

暢遊泰國 Q&A: 泰國的粿條麵店

Q：粿條麵店裡，可以加的配料有什麼呢？

A.ลูกชิ้นปลา 魚丸   B.อาหารทะเล 海鮮
C.หมูแผ่น 豬肉片   D.ผัก 青菜

　　泰國的粿條麵湯，做法類似於台灣的切仔麵，都是先將麵條、粿條或米粉加上一把豆芽菜放進一個篩網，在一鍋熱水裡燙一燙，撈起放入碗裡後，加上特製高湯，接著再添上魚丸、海鮮或肉片，即可端上桌趁熱享用。但泰國人還喜歡佐上細白糖及研磨辣椒粉，用來增加甜辣味道。所以粿條麵店裡的餐桌上，通常會有的調味佐料有：細白糖、研磨辣椒粉、魚露及生辣椒片浸醋。另外還會有一大把九層塔葉，有的店還會有薄荷葉，客人可依自己的需要拔些葉片添加進麵碗裡。

STEP 05

ร้านสุกี้

Ran Su Ki 泰式火鍋店

ใส่ เนื้อปลาสด ลงไปในหม้อก่อน

Sai Nuea Pla Sod Long Pai Nai Mor Kon

請將 魚片 先放進鍋裡。

把以下單字套進去，開口說說看！

เนื้อหมู
Nuea Moo
豬肉

ข้าวโพด
Khao Pod
玉米

ปลาหมึก
Pla Muk
魷魚

ผักกาดขาว
Pak Kad Khao
大白菜

เห็ดหอม
Hed Hom
香菇

เนื้อวัว
Nuea Vua
牛肉

ดิฉัน / ผม	เรามากัน 3 คน เห็ดเข็มทอง 1 ชุดพอไหมคะ / ครับ ?
Di Chan（女）/ Phom（男）	Rao Ma Kan Sam Kon Hed Kem Thong Neung Chud Por Mai Ka / Klab
我	我們 3 個人，金針菇 1 份夠嗎？

บริกร	สั่ง 2 ชุดก่อน ไม่พอแล้วค่อยสั่งเพิ่มก็ได้ค่ะ / ครับ
Bo Ri Korn	Sang Song Chud Kon Mai Por Laew Koi Sang Perm Kor Dai Ka / Klab
服務人員	可以先來 2 份，不夠再增加吧。

ดิฉัน / ผม	ได้ค่ะ / ครับ งั้นขอผักกาดขาว 3 ชุด กับผักบุ้ง 2 ชุดด้วยนะคะ / ครับ
Di Chan（女）/ Phom（男）	Dai Ka / Klab Ngan Khor Pak Kad Khao Sam Chud Kab Pak Boong Song Chud Duay Na Ka / Klab
我	好的，還要點 3 份大白菜、2 份空心菜。

บริกร	สั่งเป็นชุดผักรวมจะได้ลองผักหลายชนิด ดีไหมคะ / ครับ?
Bo Ri Korn	Sang Ben Chud Pak Ruam Ja Dai Long Pak Lai Cha Nid Dee Mai Ka / Klab
服務人員	你可以點綜合的蔬菜，就可以多品嚐幾種蔬菜喔。

暢遊泰國 Q&A: 多樣的泰式火鍋

Q：泰式火鍋源自於哪裡？

A.สุกี้ ชาบู ชาบู 日式火鍋　　　　B.สุกี้สไตล์ไต้หวัน 台式火鍋
C.หม้อไฟเสฉวน 中國川味麻辣鍋　　D.สุกี้ชาบูสไตล์จีน 中國北方涮涮鍋

　　泰國曼谷是一座國際型的都會城市，地處於歐亞航線的交會點。因此，飲食的習慣也容易受到外來移民或遊客的影響。泰國人自何時開始享用火鍋並無文字記載，但從最初使用的火鍋是將燒紅的木碳放置於類似中國北方涮涮鍋用的銅鍋，再將新鮮食材涮來吃，可以推論應該是由中國的雲南地區先傳至泰北，再輾轉傳至曼谷區域。雖然吃法與涮涮鍋無異，但是酸辣的泰式沾醬，不禁讓人光想也會流口水。

　　曼谷現有一家頗具好評的泰式火鍋連鎖店，是複合式的餐飲，除了火鍋之外，也提供熟食餐點可同時享用，非常方便。

STEP 05

ร้านฟาสต์ฟู้ด
Ran FastFood 速食店

ดิฉัน / ผม ขอ ชีสเบอร์เกอร์ 1 ชุด คะ / ครับ

Di Chan / Phom Khor Cheese Burger Neung Chud Ka / Klab

我要 1 份 吉士漢堡 套餐。

把以下單字套進去，開口說說看！

เทอริยากิ ชิกเก้น
Teriyaki Chicken
烤雞堡

ไก่ทอด
Kai Tod
炸雞塊

บิ๊กแมค
Big Mac
大麥克堡

สลัดผัก
Salad Pak
生菜沙拉

แมคฟิช
McFish
魚堡

เฟรนซ์ฟรายส์
French Fries
薯條

060

พนักงาน	ไม่ทราบจะสั่งอะไรคะ / ครับ ?
Pa Nak Ngan 店員	Mai Saap Ja Sang A-Rai Ka / Klab 請問要點什麼？
ดิฉัน / ผม	ดิฉัน / ผม ขอชุดดับเบิ้ลบิ๊กแมค 1 ชุดค่ะ / ครับ
Di Chan（女）/ Phom（男） 我	Di Chan / Phom Khor Chud Double Big Mac Neung Chud Ka / Klab 我要 1 份雙層大麥克堡套餐。
พนักงาน	ต้องการเครื่องดื่มอะไรคะ / ครับ ?
Pa Nak Ngan 店員	Tong Karn Kreng Duem A-Rai Ka / Klab 要選什麼飲料呢？
ดิฉัน / ผม	ขอโค้กค่ะ / ครับ
Di Chan（女）/ Phom（男） 我	Khor Coke Ka / Klab 請給我可樂。

暢遊泰國 Q&A: 泰國的速食

Q：泰國最多見到的速食是哪一家？

A.แมคโดนัลด์ 麥當勞　　　　　　B.เคเอฟซี 肯德基
C.มิสเตอร์โดนัท Mister Donut　　　D.มอส เบอร์เกอร์ 摩斯漢堡

　　眾多的西方遊客也把速食店的飲食文化帶進了泰國，最搶得先機的速食店正是現今市場佔有率最高的麥當勞。因此，只要在人潮集中地，就很容易見到麥當勞叔叔。有趣的是，麥當勞叔叔竟然入境隨俗地學起泰國人的問候方式，雙手合十地對顧客問好。到泰國旅遊時，不妨也可以看看麥當勞門市的泰式麥當勞叔叔，頗為有趣。

STEP 05

ร้านผลไม้

Ran Pol-La-Mai 水果店（攤）

ดิฉัน / ผม เอา มะละกอ ลูกนี้ค่ะ / ครับ

Di Chan / Phom Ao Ma La Ko Luk Nee Ka / Klab

我要這一顆 木瓜 。

把以下單字套進去，開口説説看！

ทุเรียน Durian 榴槤	ส้มโอ Som Oo 柚子
ฝรั่ง Fa Rang 芭樂	มะม่วง Ma Muang 芒果
แตงโม Tang Mo 西瓜	มะพร้าว Ma Prao 椰子

MP3
42

ดิฉัน / ผม Di Chan（女）/ Phom（男） 我	วันนี้สับปะรดหวานไหมคะ / ครับ ? Wan Nee Saap Pa Rod Wan Mai Ka / Klab 今天的鳳梨甜嗎？
พนักงาน Pa Nak Ngan 店員	หวานมากค่ะ / ครับ Wan Mak Ka / Klab 很甜。
ดิฉัน / ผม Di Chan（女）/ Phom（男） 我	ช่วยเลือกให้ 1ลูกได้ไหมคะ / ครับ ? Chuai Leuak Hai Neung Luk Dai Mai Ka / Klab 那麼請幫我選一顆好嗎？
พนักงาน Pa Nak Ngan 店員	ได้ค่ะ / ครับ จะเลือกลูกที่หวานที่สุดให้เลยค่ะ / ครับ Dai Ka / Klab Ja Leuak Luk Tee Wan Tee Sud Hai Loei Ka / Klab 好的，我選一顆最甜的給你。

暢遊泰國 Q&A: 水果店（攤）

Q：泰國哪一種水果最有名？

A.สับปะรด 鳳梨　　　　　　B.แตงโม 西瓜
C.ทุเรียน 榴槤　　　　　　　D.มังคุด 山竹

063

　　泰國的水果都是屬於熱帶型水果，其特色就是濃厚的氣味。其中榴槤因為氣味獨特，所以堪稱水果之王。而有了水果之王，當然也就有水果之后與之匹配，而且剛好都在同一時期成熟上市。有著水果之后名號就是山竹，吃榴槤時常會一起享用，目的是要中和榴槤的燥熱。由於成熟時的榴槤不耐儲存，所以泰國每年都會出口大量的金枕頭榴槤到世界各地，也因此一般印象中，泰國最有名的水果就是榴槤了。

STEP 6

สถานที่ท่องเที่ยว
Sa Tan Tee Tong Tiao
觀光篇

充滿熱情的泰國，無論是佛寺朝聖、市區閒逛、海邊徜徉、古蹟探幽或只是慵懶地曬曬泰國的太陽，怎麼玩都好玩。本單元要介紹觀光時簡單又好用的泰語，讓你走訪泰國各處都能夠很順利，並將美好回憶串聯起來。

วัดพระแก้วและ พระบรมมหาราชวัง

MP3 43

Wat Phra-Kaew Lae Phra Bo Rom Ma Ha Rat Cha Wang 玉佛寺及皇宮

ห้าม ใส่กระโปรงสั้น
Ham Sai Kra Pong San
不可以 穿短裙 。

把以下單字套進去，開口說說看！

ส่งเสียงเอะอะ
Song Sieng Ae-Aa
大聲喧嘩

เข้าไปข้างใน
Kao Pai Krang Nai
進去裡面

รับประทานอาหาร
Rub Pra Tan A-Harn
吃東西

หักกิ่งไม้
Huk King Mai
攀折樹木

ถ่ายรูป
Tai Roob
拍照

ดิฉัน / ผม	เข้าไปข้างในต้องถอดรองเท้าก่อนไหมคะ / ครับ ?
Di Chan（女）/ Phom（男） 我	Kao Pai Karng Nai Tong Tod Long Tao Korn Mai Ka / Klab 進去裡面要脫鞋子嗎？
เจ้าหน้าที่ดูแล	ต้องค่ะ / ครับ
Jao Na Tee Doo Lae 管理人員	Tong Ka / Klab 是的。
ดิฉัน / ผม	ค่ะ / ครับ รองเท้าที่ถอดไว้ให้วางไว้ที่ไหนคะ / ครับ ?
Di Chan（女）/ Phom（男） 我	Ka / Klab Long Tao Tee Tod Wai Hai Wang Wai Tee Nai Ka / Klab 好的，脫下的鞋子要放在哪裡？
เจ้าหน้าที่ดูแล	เอารองเท้าที่ถอดไว้วางไว้ที่ตู้เก็บรองเท้าค่ะ / ครับ
Jao Na Tee Doo Lae 管理人員	Ao Long Tao Tee Tod Wai Wang Wai Tee Too Kep Long Tao Ka / Klab 請將脫下的鞋子放在這個櫃子裡。
ดิฉัน / ผม	ค่ะ / ครับ ขอบคุณค่ะ / ครับ
Di Chan（女）/ Phom（男） 我	Ka / Klab Khob Khun Ka / Klab 好的，謝謝你。

暢遊泰國 Q&A: 泰國的佛教

Q：泰國是哪一種宗教的國家？

A.ศาสนาพุทธ 佛教　　　　B.ศาสนาคริสต์ 基督教

C.ศาสนาอิสลาม 回教　　　　D.ลัทธิเต๋า 道教

067

　　雖然泰國憲法規定人民享有宗教自由，任何合法的宗教都可以正當傳教。但是自古以來，泰國深受南傳佛教（小乘佛教）的洗禮，之後其他的宗教才陸續傳入。所以大部分的泰國人民都還是篤信南傳佛教，而佛教的重要日子也被列為國定假日，幾乎各地都可以看到南傳佛教形式的寺廟。

　　其中建於 1782 年的玉佛寺，可說是泰國最重要的寺廟。寺裡供奉一尊通體碧玉的釋迦牟尼佛像。由於極受民眾的尊崇，所以每年的四季泰王會親自為其換衣。

ช่วย ถ่ายรูปให้หน่อย ได้ไหมคะ / ครับ ?
Chuai Tai Roob Hai Noi Dai Mai Ka / Klab
能不能 幫我拍照 呢 ？

068

อธิบายให้หน่อย
A Ti Bai Hai Noi
幫我說明

อธิบายด้วยภาษาอังกฤษให้หน่อย
A Ti Bai Duay Pa Sa Ang Krit Hai Noi
幫我用英文說

หยิบของให้หน่อย
Yib Kong Hai Noi
幫我拿東西

พูดช้าช้าหน่อย
Puud Cha Cha Noi
慢慢地說

เขียนที่ตรงนี้ให้หน่อย
Kien Tee Tong Nee Hai Noi
幫我寫在這裡

บอกทางให้หน่อย
Bok Tang Hai Noi
幫我指引道路

ดิฉัน / ผม	ไม่ทราบว่า ตั๋วราคาเท่าไรคะ / ครับ ?
Di Chan（女）/ Phom（男） 我	Mai Saap Wa Tua Ra Ka Tao Rai Ka / Klab 請問門票要多少錢？
เจ้าหน้าที่	ผู้ใหญ่ 30 บาท ค่ะ / ครับ
Jao Na Tee 工作人員	Pu Yai Sam Sib Baht Ka / Klab 成人 30 泰銖。
ดิฉัน / ผม	ขอโทษค่ะ / ครับ ช่วยพูดอีกครั้งได้ไหมคะ / ครับ ?
Di Chan（女）/ Phom（男） 我	Khor Tod Ka / Klab Chuai Puud Eek Klang Dai Mai Ka / Klab 對不起，請再説一次，好嗎？
เจ้าหน้าที่	อ๋อ คุณเป็นชาวต่างชาติ นี่เอกสารชุดภาษาอังกฤษค่ะ / ครับ
Jao Na Tee 工作人員	Oo Khun Ben Chao Dang Chat Ni Ek Ka San Chud Pa Sa Ang Krit Ka / Klab 啊，您是外國人啊。這裡有英文的説明書。

暢遊泰國 Q&A: 世界遺產的泰國古城

Q：泰國下列哪一地區的古城，被聯合國列為世界遺產？

A. เชียงใหม่ 清邁

B. ระยอง 羅勇

C. กรุงเทพ 曼谷

D. อยุธยา 阿育塔雅

　　阿育塔雅是過去泰國阿育塔雅王朝、又稱為大城王朝的首都。該王朝 1350 年開始興起，自烏通王脫離素可泰王國宣布獨立後，便在此建都。當時文化、藝術及國際貿易，可説是盛極一時。至 1767 年，由於緬甸軍隊不斷地攻打阿育塔雅的城門，在經過了無數次緬軍的衝擊之後，終於被攻陷。緬軍燒殺擄掠，俘虜大批百姓至緬甸，僅一年的時間，這座曾經百萬人口的繁榮都市，竟成為只有幾千人的悲情城市，正式淪亡。原王朝留下的宮殿遺跡、珍貴佛像及精美的雕刻，現已規劃成為阿育塔雅遺址公園，也被聯合國教科文組織列為世界遺產。遺留下瑪哈泰寺最著名的被樹根緊緊抱住的佛像頭，靜默地述説著當時城破時的慘烈戰況。

พระพรหม 4 หน้า

Phra-Phrom See Nar 四面佛

เปิดให้เข้าสักการะถึง 23.00 น

Perd Hai Kao Sak Ka Ra Teung Ha Tum

參拜的時間到 晚上 11 點 為止。

把以下單字套進去，開口說說看！

---

5 โมงเย็น
Ha Mong Yen
下午 5 點

เที่ยงตรง
Tieng Tong
中午 12 點

สองทุ่มยี่สิบนาที
Song Tum Yee Sib Na Tee
晚上 8 點 20 分

ตีสอง
Ti Song
凌晨 2 點

เก้าโมงเช้า
Kao Mong Chao
早上 9 點

ดิฉัน / ผม Di Chan（女）/ Phom（男） 我	ว้า คนไหว้เยอะจังเลยค่ะ / ครับ War Kon Wai Yer Jang Loei Ka / Klab 哇，參拜的人好多噢。
นักท่องเที่ยว Nak Tong Tiew 觀光客	อืม ที่นี่ขอพรแล้วจะสมหวัง Umm Tee Nee Khor Porn Laew Ja Som Wang 是的，因為祈求很靈驗。
ดิฉัน / ผม Di Chan（女）/ Phom（男） 我	ต้องใช้อะไรไหว้บ้างคะ / ครับ ? Tong Chai A Rai Wai Bang Ka / Klab 那麼需要供奉什麼物品呢？
นักท่องเที่ยว Nak Tong Tiew 觀光客	ของไหว้มีขายเป็นชุด อยู่ตรงด้านโน้น Kong Wai Mee Kai Ben Chud You Tong Darn Noon 有整組供品，在那裡有銷售。

暢遊泰國 Q&A: 香火鼎盛的四面佛

Q：四面佛是屬於哪一種宗教？

A.ศาสนาพุทธ 佛教　　　　B.ศาสนาฮินดู 印度教
C.ลัทธิเต๋า 道教　　　　D.ความเชื่อท้องถิ่น 地方宗教

　　四面佛位於最繁華的曼谷市中心，又名四面神，原是印度教三大主神之一的梵天，是主管創造天地之大神，擁有四面臉孔，供信眾祈福。其四面分別朝東、南、西、北，分別代表事業、愛情、健康與財運。正面求事業；左面求姻緣；右面求健康；後面則是求財運。而另一種意義，此四面也代表慈、悲、喜、捨。凡要祈求升天，就必須勤修這四種功德。據祈求者稱祈願相當靈驗，所以每日往來信眾及參拜人潮絡繹不絕。看著一旁亭內的還願舞，總是一舞即罷，一舞再起，好不熱鬧。

ตลาดน้ำ

Ta Rad Nam 水上市場

MP3 49

อีกไกลแค่ไหนถึงจะถึง ตลาด ?

Eek Krai Khae Nai Teung Ja Teung Ta Rad

到 市場 還有多遠？

把以下單字套進去，開口說說看！

สถานีรถไฟ
Sa Ta Nee Rod Fai
火車站

ร้านสะดวกซื้อ
Ran Sa Duak Sue
便利商店

ไปรษณีย์
Prai Sa Nee
郵局

ปั๊มน้ำมัน
Pump Nam Man
加油站

ร้านกาแฟ
Ran Ka Fae
咖啡店

ท่าเรือ
Tha Rua
船碼頭

ดิฉัน / ผม	เรือลำนี้นั่งได้กี่คนคะ / ครับ ？	
Di Chan（女）/ Phom（男） 我	Rua Lam Nee Nang Dai Kee Kon Ka / Klab 這艘船可以搭多少人？	

เจ้าหน้าที่	นั่งได้เต็มที่ 6 คนค่ะ / ครับ
Jao Na Tee 工作人員	Nang Dai Tem Tee Hok Kon Ka / Klab 可以坐滿 6 個人。

ดิฉัน / ผม	พวกเรามีกัน 3 คน ออกเรือเลยได้ไหมคะ / ครับ ？
Di Chan（女）/ Phom（男） 我	Puak Rao Mee Kan Sam Kon Ook Rua Loei Dai Mai Ka / Klab 我們有 3 個人，現在可以開船了嗎？

เจ้าหน้าที่	รอสักครู่นะคะ / ครับ อีก 2 คนกำลังมา เดี๋ยวก็ได้ออกแล้วค่ะ / ครับ
Jao Na Tee 工作人員	Ror Sak Kru Na Ka / Klab Eek Song Kon Kam Lang Ma Deaw Kor Dai Ook Laew Ka / Klab 請再等一下後面來的 2 位，就可以開船了。

暢遊泰國 Q&A: 特殊景緻的水上市場

Q：泰國的哪一城市，有東方威尼斯之稱？

A.เชียงใหม่　清邁　　　　　　　B.เชียงราย　清萊
C.กรุงเทพ　曼谷　　　　　　　　D.หาดใหญ่　合艾

073

　　曼谷之所以有東方的威尼斯之稱，就是其都市內有著星羅棋布、大小不等的水道。過去的市民幾乎都是傍水居住的水上人家，清晨陽光初露的時候，許多商販划著扁舟，載著水果蔬菜等各式各樣的商品，挨近人家叫賣，這就是早年水上市場的景象。隨著都市發展，水道漸少，水上人家的住戶也被現代的高樓大廈所取代。然而水上市場的型態仍舊是散落各地，以安帕瓦（อัมพวา Am Pha Wa）及丹嫩莎朵（ดำเนินสะดวก Dam Noen Sa Duak）二處的水上市場最享盛名。曼谷市中心離丹嫩莎朵水上市場開車要近 2 小時，這是一個晨間市場，最熱鬧時間在早上 8:00 ～ 10:00，到訪者可真的要早起才趕得上。

STEP 06

พัทยา
Pattya 芭達雅

วันนี้ อากาศร้อนมาก

Wan Nee A Kat Ron Mak

今天 天氣很熱。

把以下單字套進去，開口說說看！

อากาศเย็นนิดหน่อย
A Kat Yen Nid Noi
天氣有點涼

ฝนคงตก
Fon Kong Tok
會下雨

อากาศสบายมาก
A Kat Sa Bai Mak
天氣很舒適

มีลมพัดเย็นเย็น
Mee Lom Pad Yen Yen
會有涼風

อากาศไม่ค่อยร้อน
A Kat Mai Koy Ron
天氣不太熱

อากาศร้อนนิดหน่อย
A Kat Ron Nid Noi
天氣有點熱

เจ้าหน้าที่โรงแรม	มีอะไรให้ช่วยไหมคะ / ครับ ？
Jao Na Tee Rong Ram 酒店櫃檯人員	Mee A-Rai Hai Chuai Mai Ka / Klab 請問需要什麼服務？
ดิฉัน / ผม	จากโรงแรมไปชายหาดไปยังไงคะ / ครับ ？
Di Chan（女）/ Phom（男） 我	Jak Rong Ram Pai Chai Had Pai Yang Ngai Ka / Klab 如何從酒店到海灘？
เจ้าหน้าที่โรงแรม	เดี๋ยวดิฉัน / ผมจะช่วยจัดรถโรงแรมไปส่งให้นะคะ / ครับ
Jao Na Tee Rong Ram 酒店櫃檯人員	Deaw Di Chan / Phom Ja Chuai Jad Rod Rong Ram Pai Song Hai Na Ka / Klab 我幫你安排酒店的車送你去。
ดิฉัน / ผม	ค่ะ / ครับ ขอบคุณค่ะ / ครับ
Di Chan（女）/ Phom（男） 我	Ka / Klab Khob Khun Ka / Klab 好的，謝謝你。

暢遊泰國 Q&A: 東方的夏威夷

Q：泰國哪一地方，有東方夏威夷的美稱？

A.หัวหิน　華欣

B.เกาะสมุย　蘇美島

C.ภูเก็ต　普吉島

D.พัทยา　芭達雅

075

　　芭達雅（**พัทยา** Pat Ta Ya）是位於曼谷東南方約 165 公里處的一個旅遊勝地，在暹邏灣的東側，行政上屬於東部地區春武里府。這裡原本只是一個小漁村，後因自然條件優越，上世紀 70 年代時，參與越戰的美軍常利用這裡度假，隨即漸漸發展成為觀光城市。芭達雅有清澈湛藍的海水，光是在美麗的沙灘上慵懶地躺著發呆，望著天上的白雲，就鬆弛了全身的壓力；而刺激有趣的水上活動，教人一次又一次地不願意放手；至於耀眼繽紛的夜生活，可以玩到東方既白也不自知。難怪芭達雅一年會湧進 500 萬人次的觀光客。

หัวหิน
Hua Hin 華欣

เดิน ก็ถึง
Dern Kor Teung
走路 可以到達。

把以下單字套進去，開口說說看！

นั่งรถเมล์
Nang Rod May
搭巴士

ขี่จักรยาน
Kee Jak Ka Yan
騎腳踏車

นั่งเครื่องบิน
Nang Kreng Bin
搭飛機

นั่งรถไฟ
Nang Rod Fai
坐火車

นั่งเรือ
Nang Rua
搭船

ขี่มอเตอร์ไซด์
Kee Motorcycle
騎摩托車

ดิฉัน / ผม Di Chan（女）/ Phom（男） 我	ดิฉัน / ผม ต้องการไปหัวหินค่ะ / ครับ Di Chan / Phom Tong Karn Pai Hua Hin Ka / Klab 我要去華欣。
คนขายตั๋ว Kon Kai Tua 售票員	ค่ะ / ครับ ตั๋วใบละ 200 บาท ต้องการกี่ใบคะ / ครับ ? Ka / Klab Tua Bai La Song Roy Baht Tong Karn Kee Bai Ka / Klab 好的，1 張票 200 泰銖，你要幾張票？
ดิฉัน / ผม Di Chan（女）/ Phom（男） 我	ดิฉัน / ผม ต้องการ3 ใบค่ะ / ครับ Di Chan / Phom Tong Karn Sam Bai Ka / Klab 我需要 3 張。
คนขายตั๋ว Kon Kai Tua 售票員	นี่ตั๋วค่ะ / ครับ ทั้งหมด 600 บาทค่ะ / ครับ Ni Tua Ka / Klab Tang Mod Hok Roy Baht Ka / Klab 這是你購買的車票，一共 600 泰銖。

暢遊泰國 Q&A: 六世皇避暑夏宮

Q：泰國的哪一地區，擁有六世皇所建的避暑夏宮？

A.ระยอง 羅勇　　　　　　B.หัวหิน 華欣

C.กรุงเทพ 曼谷　　　　　D.เพชรบุรี 碧武里

077

　　華欣位於曼谷南方約 200 公里，是班武里府的皇室避暑度假勝地，也是一個著名的海岸城市，境內擁有美麗的海灘、國家公園、歷史遺跡公園及六世皇的避暑夏宮。對許多觀光客而言，華欣並沒有受到很多的關注，但是其婉約的景緻，恰可讓許多不喜愛太喧鬧的旅人，可以悠閒地流連駐足。這個城市有平價的民宿、休閒式 Villa 木屋，也有豪華的五星級飯店，可以滿足各種旅客的需求。自助式旅遊要到華欣，最方便的方式是，可以搭 BTS 到 Ekkamai station，2 號出口，就可以看到 Ekkamai bus station。從這裡搭乘小巴士，票價是 200 泰銖，行車時間大約 3 小時就能夠抵達。

ภูเก็ต
Phuket 普吉島

ช่วย เลี้ยวขวาตรงนี้
Chuai Liao Kwa Trong Nee
請 在這裡右轉。

把以下單字套進去，開口說說看！

จอดรถตรงนี้
Jod Rod Trong Nee
在這裡停車

รอดิฉัน / ผม 5 นาที
Ror Di Chan / Phom Ha Na Tee
等我 5 分鐘

เลี้ยวซ้ายตรงนี้
Liao Sai Trong Nee
在這裡左轉

เอากระเป๋าเดินทางให้หน่อย
Ao Kra Pao Dern Tang Hai Noi
拿行李

ลงรถตรงนี้
Long Rod Trong Nee
在這裡下車

คิดเงินให้หน่อย
Kid Ngern Hai Noi
付款

MP3 56

ดิฉัน / ผม Di Chan（女）/ Phom（男） 我	ไม่ทราบว่ามีโปรแกรมดำ ผิวน้ำที่เกาะพีพีไหมคะ / ครับ ？ Mai Saap Wa Mee Program Dam Piew Nam Tee Ko Phi Phi Mai Ka / Klab 請問有到批批島浮潛的行程嗎？
เจ้าหน้าที่ Jao Na Tee 旅行社人員	มีค่ะ / ครับ ไม่ทราบมีกันกี่คนคะ / ครับ ？ Mee Ka / Klab Mai Saap Mee Kan Kee Kon Ka / Klab 有的，你們有幾個人要去？
ดิฉัน / ผม Di Chan（女）/ Phom（男） 我	5 คน ค่ะ / ครับ Ha Kon Ka / Klab 我們有 5 個人。
เจ้าหน้าที่ Jao Na Tee 旅行社人員	ค่ะ / ครับ ดิฉัน / ผมจะช่วยจัดทริปในวันพรุ่งนี้ให้นะคะ / ครับ Ka / Klab Di Chan / Phom Ja Chuai Jad Trip Nai Wan Prung Nee Hai Na Ka / Klab 好的，我幫你們安排在明天。

暢遊泰國 Q&A: 泰國的珍珠

Q：泰國的哪一個地方，被譽為泰國的珍珠？

A.เกาะสมุย 蘇美島　　B.ภูเก็ต 普吉島
C.เกาะช้าง 象島　　　D.เกาะพีพี 批批島

079

　　普吉島位在泰國西南方，是面向印度洋安達曼海域的島嶼，以度假勝地聲名遠播，大多數到泰國遊玩的旅客，無論是團體行、自助行或者是背包客，普吉島都是首選，因此素有泰國珍珠的美譽。也因為受到大眾的歡迎，相較於其他地方，普吉島的觀光設施更加完備。全境各地的美麗海灘不僅適合浮潛，欣賞魚兒穿梭於珊瑚礁，還可日光浴、嬉水、游泳，既隨興又愜意。普吉島周圍還有大大小小 32 個離島，景色各異，可以在當地的旅行社找到喜愛的行程。

STEP 06 เกาะสมุย
Koh-Samui 蘇美島

ด้านนี้ คือทิศตะวันออก
Dan Nee Kue Tid Ta Wan Ook
這個方向 是東方 。

คือทิศตะวันตก
Kue Tid Ta Wan Tok
是西方

คือทิศเหนือ
Kue Tid Nue
是北方

คือทิศใต้
Kue Tid Tai
是南方

ไปห้างสรรพสินค้าได้
Pai Harng Saap Pra Sin Kar Dai
可以去百貨商場

ไปสนามบินได้
Pai Sa Nam Bin Dai
可以去機場

เดินไปไปรษณีย์ได้
Dern Pai Pai Sa Nee Dai
可以走到郵局

ดิฉัน / ผม Di Chan（女）/ Phom（男） 我	**ไม่ทราบว่ามีมอเตอร์ไซด์ให้เช่าไหมคะ / ครับ ?** Mai Saap Wa Mee Motorcycle Hai Chao Mai Ka / Klab 請問有機車可以租嗎？
เจ้าหน้าที่โรงแรม Jao Na Tee Rong Ram 飯店櫃檯人員	**มีค่ะ / ครับ พวกคุณจะเอากี่คันคะ / ครับ ?** Mee Ka / Klab Puak Khun Ja Ao Kee Kan Ka / Klab 有的，你們需要幾部呢？
ดิฉัน / ผม Di Chan（女）/ Phom（男） 我	**พวกเรา 5 คน ต้องการ 3 คันค่ะ / ครับ** Puak Rao Ha Kon Tong Karn Sam Kan Ka / Klab 我們有 5 個人，需要 3 部。
เจ้าหน้าที่โรงแรม Jao Na Tee Rong Ram 飯店櫃檯人員	**ค่ะ / ครับ รอประมาณ 10 นาที เดี๋ยวจัดการให้นะคะ / ครับ** Ka / Klab Ror Pra Man Sib Na Tee Diew Jad Karn Hai Na Ka / Klab 好的，請你們等 10 分鐘，我幫你們安排。

暢遊泰國 Q&A: 像極世外桃源的島嶼

Q：泰國最適合漫遊的島嶼是哪一個？

A.เกาะสมุย　蘇美島　　　　　B.ภูเก็ต　普吉島
C.เกาะเต่า　龜島　　　　　　D.เกาะพีพี　批批島

　　位在曼谷南方約 560 公里遠的蘇美島，是一個既寧靜又浪漫的島嶼，處處有迷人的白色沙灘。在這個島上絕對沒有快速的步伐，無論是陽光、大海還是藍天白雲，一切都是那麼的靜謐而緩慢。即便是島上的猴子們，比起他處也比較不那麼活潑愛跳。蘇美島上提供給觀光客的住宿，大部分是因應這種氛圍的休閒 Villa 或是民宿。在這裡，就是要你盡情地解放壓力、慢慢地遊玩。除了潔淨的沙灘以外，蘇梅島的西北部也擁有約 40 個小海島，還有面積約 50 平方公里的安通國家公園，以及各處的石灰岩洞等美麗景緻，是尋幽訪勝的好去處。

STEP 7

ช็อปปิ้ง
Shopping
購物篇

　　泰國的特色產品在東南亞地區首屈一指，受到世人的喜愛，
不僅設計有泰國傳統的精髓，手工精細的程度也令人讚不絕口。
　　而且，泰式的按摩名聞世界，是旅遊泰國絕對不可錯過的行程。
本篇要介紹如何選購特色產品，以及領略讓人全身舒暢的泰式按摩。

ห้างสรรพสินค้า

Harng Saap Pra Sin Kar 百貨公司

MP3 59

มี สินค้าสีอื่น ไหม ?

Mee Sin Kar See Eun Mai

有 不同顏色的貨 嗎 ?

把以下單字套進去，開口說說看！

084

ไซส์แอล
Size L
L 尺寸

แบบอื่น
Bab Eun
不同設計

ไซส์เอ็ม
Size M
M 尺寸

ไซส์ใหญ่
Size Yai
大尺寸

ไซส์เอส
Size S
S 尺寸

ไซส์เล็ก
Size Lek
小尺寸

ดิฉัน / ผม	มีแบบเดียวกัน แต่สีอื่นไหมคะ / ครับ ?
Di Chan（女）/ Phom（男） 我	Mee Bab Diew Kan Tae See Eun Mai Ka / Klab 有同一款設計、但不同顏色的貨嗎？
พนักงานร้าน	มีสีแดง สีดำ และสีเหลืองค่ะ / ครับ
Pa-Nak-Ngan Ran 店員	Mee See Daeng See Dam Lae See Lerng Ka / Klab 還有紅色、黑色及黃色。
ดิฉัน / ผม	สีแดงเป็นแดงแบบไหนคะ / ครับ ?
Di Chan（女）/ Phom（男） 我	See Daeng Pen Daeng Bab Nai Ka / Klab 紅色是哪一種紅色呢？
พนักงานร้าน	แดงเข้มค่ะ / ครับ
Pa-Nak-Ngan Ran 店員	Daeng Kem Ka / Klab 是暗紅色。
ดิฉัน / ผม	งั้น ขอดิฉัน / ผมลองหน่อยได้ไหมคะ / ครับ ?
Di Chan（女）/ Phom（男） 我	Ngan Khor Di Chan / Phom Long Noi Dai Mai Ka / Klab 那麼，我可以試一試嗎？

暢遊泰國 Q&A: 泰語顏色的說法

Q：泰國的國旗有幾種顏色？

A.2 สี　2種　　　　　　B.3 สี　3種
C.4 สี　4種　　　　　　D.5 สี　5種

　　泰國的國旗是由拉瑪第六世的國王所制定的。由紅、白、藍三個顏色所組成。紅色象徵英雄的民族和國家；白色象徵純潔的宗教，指的是佛教；藍色象徵莊嚴的皇室。在泰國血拼購物時，常常會需要溝通喜歡的顏色，附錄（P.117）列舉一些顏色的說法，讓購物更無障礙。

ซุปเปอร์มาร์เก็ต

Super market 超級市場

MP3
61

นม อยู่ตรงไหน ?

Nom You Trong Nai

牛奶 在哪裡 ?

把以下單字套進去，開口説説看！

ผลไม้
Pol La Mai
水果

ช็อคโกแลต
Chocolate
巧克力

น้ำผึ้ง
Nam Peung
蜂蜜

ยาสีฟัน
Ya See Fan
牙膏

น้ำแร่
Nam Rae
礦泉水

คุ้กกี้
Cookie
餅乾

ดิฉัน / ผม Di Chan（女）/ Phom（男） 我	หามาม่าไม่เจอค่ะ / ครับ ไม่ทราบอยู่ตรงไหนคะ / ครับ Ha Ma Ma Mai Jer Ka / Klab Mai Saap Yu Tong Nai Ka / Klab 找不到速食麵，不知道在哪裡……。
พนักงานร้าน Pa-Nak-Ngan Ran 店員	อยู่ด้านซ้ายของเชลฟ์ล่างค่ะ / ครับ Yu Dan Sai Khong Shelf Lang Ka / Klab 在下一個櫃檯的左側。
ดิฉัน / ผม Di Chan（女）/ Phom（男） 我	แล้วครีมล้างหน้าอยู่ตรงไหนคะ / ครับ ? Laew Cream Lang Nar Yu Tong Nai Ka / Klab 還有洗面乳在哪裡？
พนักงานร้าน Pa-Nak-Ngan Ran 店員	อยู่ด้านในสุดของเชลฟ์นั้นค่ะ / ครับ Yu Dan Nai Sud Khong Shelf Nan Ka / Klab 在最裡面的那一處櫃檯。
ดิฉัน / ผม Di Chan（女）/ Phom（男） 我	ขอบคุณค่ะ / ครับ Khob Khun Ka / Klab 謝謝。

暢遊泰國 Q&A：一應俱全的超市

Q：泰國超市的折扣季是哪一月份？

A.มกราคม 1 月　　　　　　B.พฤษภาคม 5 月
C.ตุลาคม 10 月　　　　　　D.ธันวาคม 12 月

　　泰國的超市沒有隨百貨公司、商場的換季折扣，或者是午夜折扣（Mldnight Sales）而有定期的全面性折扣活動，但是卻常有不定期的好處給消費者，例如某幾樣商品會以特別優惠的價格販售，一年之中頻率很高，而且價格真的很優惠。值得一提的是，許多泰國的土產例如榴槤膏、水果乾或是頗有名氣的「泰式油炸海苔片」，在具規模的超市裡都有販售，產品的價格實在，安全性也比較有保障。到泰國旅遊時，如果要買一些伴手禮贈送親友，可以在超市裡一次搞定。

ร้านสินค้าพื้นเมือง

Ran Sin Kar Peun Muang 泰國手工藝品店

แบบนี้ เป็นที่นิยม

Bab Nee Pen Tee Ni Yom

這個設計樣式 很流行。

把以下單字套進去，開口說説看！

เหมาะสำหรับสาววัยรุ่น
Mor Sam Rab Sao Wai Roon
適合年輕女孩

มีความเป็นไทย
Mee Kwam Pen Thai
有泰式風格

เหมาะสำหรับเป็นชุดราตรี
Mor Sam Rab Pen Chud Ra Tree
適合做晚禮服

สดใสมาก
Sod Sai Mak
很活潑

เหมาะสำหรับเดินทาง
Mor Sam Rab Dern Tang
適合旅行使用

ปราณีตมาก
Pra Need Mak
很精緻

MP3
64

ดิฉัน / ผม	ขอดูกำไลอันนี้หน่อยได้ไหมคะ / ครับ ?	
Di Chan（女）/ Phom（男） 我	Khor Doo Kam Lai An Nee Noi Dai Mai Ka / Klab 可以看看這個手環嗎？	
พนักงานร้าน	ได้ค่ะ / ครับ ดิฉัน / ผมจะเอาให้ดูค่ะ / ครับ	
Pa-Nak-Ngan Ran 店員	Dai Ka / Klab Di Chan / Phom Ja Ao Hai Doo Ka / Klab 可以，我拿給你看。	
ดิฉัน / ผม	มีแบบอื่นอีกไหมคะ / ครับ ?	
Di Chan（女）/ Phom（男） 我	Mee Bab Eun Eek Mai Ka / Klab 還有其他的樣式嗎？	
พนักงานร้าน	มีแบบที่มีลายดอกไม้ค่ะ / ครับ	
Pa-Nak-Ngan Ran 店員	Mee Bab Tee Mee Lai Dok Mai Ka / Klab 還有這款花式樣的。	
ดิฉัน / ผม	อึม งั้นดิฉัน / ผมเอาแบบที่มีลายช้างค่ะ / ครับ	
Di Chan（女）/ Phom（男） 我	Umm Ngan Di Chan / Phom Ao Bab Tee Mee Lai Chang Ka / Klab 好的，那我要這只有大象的。	

暢遊泰國 Q&A: 多姿多彩的泰式工藝品

Q：世界知名的泰國工藝品是哪一種？

A.ผ้าไหม　絲織品　　　　　　B.เครื่องเงิน　銀飾
C.ไม้แกะสลัก　木雕品　　　　D.เครื่องเขิน　漆器

089

　　泰國傳統工藝品，不僅賞心悅目，類別更是琳琅滿目，而且還具有泰國傳統藝術風格。其中，最受世界各地人士認同者，非泰國絲綢莫屬。泰絲洋溢著民族風采，製成的服飾，都是在重要慶典才會穿著。泰絲除了製成服裝，同時也會做成其他如絲巾、包包、口紅盒等各式各樣的精緻物品，拿在手上，觸感真是教人愛不釋手。

　　至於銀飾，具有長久的歷史傳統，做工細膩，圖案也展現泰民族的特色。泰國也盛產柚木，因此雕刻工藝一直傳承著看似粗獷、構思又帶有細緻線條的美感，尤其是大象圖騰的雕刻品，栩栩如生，穩重之中呈現吉祥。

จตุจักร

Chatuchak 乍都乍週末市場

ดิฉัน / ผม กำลังหา กางเกงขาสั้น

Di Chan / Phom Kam Lang Ha Kang Keng Ka San

我正在找短褲。

把以下單字套進去，開口說說看！

กระโปรงสั้น
Kra Prong San
短裙

เสื้อเชิ้ตผู้ชาย
Suea Shirt Poo Chai
男生襯衫

กางเกงยีนส์
Kang Keng Jean
牛仔褲

ผ้าไหมพันคอ
Par Mai Pan Kho
絲巾

เสื้อโปโล
Suea Polo
Polo 衫

เสื้อยืด
Suea Yued
T 恤（T-Shirt）

ดิฉัน / ผม	เสื้อยืดนี้ทำจากคอตต้อน 100% ใช่ไหมคะ / ครับ ?
Di Chan（女）/ Phom（男） 我	Suea Yued Nee Tam Jak Cotton 100% Chai Mai Ka / Klab 這件 T 恤（T-Shirt）是 100% 棉的嗎？
คนขาย	ใช่ค่ะ / ครับ
Kon Kai 售貨人	Chai Ka / Klab 是的。
ดิฉัน / ผม	มีไซส์อะไรบ้างคะ / ครับ ?
Di Chan（女）/ Phom（男） 我	Mee Size A-Rai Bang Ka / Klab 有什麼尺寸（Size）呢？
คนขาย	มีไซส์เอ็มกับไซส์แอลค่ะ / ครับ
Kon Kai 售貨人	Mee Size M Kab Size L Ka / Klab 還有 M 及 L Size。
ดิฉัน / ผม	งั้น ดิฉัน / ผม เอาไซส์เอ็ม 2 ตัวค่ะ / ครับ
Di Chan（女）/ Phom（男） 我	Ngan Di Chan / Phom Ao Size M Song Tua Ka / Klab 好的，那我要 2 件 M Size。

暢遊泰國 Q&A: 應有盡有的週末市場

Q：乍都乍週末市場銷售的產品有哪些？

A.เสื้อผ้า 衣服   B.งานฝีมือ 手工藝品
C.เครื่องเคลือบดินเผา 磁器   D.สร้อยข้อมือ 手飾配件

091

　　擁有 27 個購物區、15 萬個攤位的乍都乍週末跳蚤市場，據稱是全東南亞最大規模的跳蚤市場。市場內的商品應有盡有，一天絕對逛不完。這裡商品的單價也很平易近人，在這裡購物，非但有殺價的樂趣，不同類型的商品陳列，也是讓人逛起來不覺得累的原因。

　　在這裡，如果覺得餓了或渴了，到處有泰國特色的小吃或冰品攤位穿插其中，可以很悠閒地邊吃邊走，累了之後到休息中心稍做停留，再努力向前走。至於交通方式，可以搭 MRT 到乍都乍公園（สวนจตุจักร Suan Cha Tu Chak）站下車，或者是搭 BTS 到蒙奇（หมอชิต Mo Chit）站步行約 5 分鐘就到，非常方便。

สยามสแควร์

Siam Square 暹邏廣場

MP3 67

นี่เป็น กางเกงเลกกิ้ง ที่ได้รับความนิยมในปีนี้

Nee Pen Kang Keng Legging Tee Dai Rab Kwam Ni Yom Nai Pee Nee

這是今年流行的 緊身褲 。

092

กระเป๋า
Kra Pao
包包

สร้อยคอ
Sroi Kho
項鍊

แจ็คเก็ต
Jacket
夾克

แหวน
Wan
戒指

รองเท้า
Rong Tao
鞋子

แว่นกันแดด
Wan Kan Dad
太陽眼鏡

พนักงานร้าน	**เดือนนี้มีสินค้ามาใหม่ ค่ะ / ครับ**	
Pa-Nak-Ngan Ran 店員	Duen Nee Mee Sin Kar Ma Mai Ka / Klab 這個月有剛到的新貨。	
ดิฉัน / ผม	**มีกี่สี คะ / ครับ ？**	
Di Chan（女）/ Phom（男） 我	Mee Kee See Ka / Klab 有幾種顏色？	
พนักงานร้าน	**มีสีชมพู สีดำ และสีกากีค่ะ / ครับ**	
Pa-Nak-Ngan Ran 店員	Mee See Chom Poo See Dam Lae See Kha Ki Ka / Klab 有粉紅色、黑色和卡其色。	
ดิฉัน / ผม	**อืม งั้นดิฉัน / ผมเอาสีชมพูค่ะ / ครับ**	
Di Chan（女）/ Phom（男） 我	Umm Ngan Di Chan / Phom Ao See Chom Poo ka / Klab 好的，請給我粉紅色的。	

暢遊泰國 Q&A: 最漾（yuang）的購物區

Q：下列哪一地區有曼谷西門町之稱？

A.ถนนข้าวสาร 考山路　　　　　B.จตุจักร 乍都乍
C.สยามสแควร์ 暹邏廣場　　　　D.เยาวราช 華人街

　　暹邏廣場是泰國年輕人喜歡聚集的區域，這裡的藥妝店、飾品店、服飾店、飲食店及補習班等等，都是因應年輕人的需求，可與台北西門町相互輝映。相鄰的百麗宮百貨商場（สยามพารากอน Siam Paragon）更是集合眾家名牌店於一身之地，例如路易威登 LV、愛馬仕 Hermes、古馳 Gucci、亞曼尼 Armani 等。只要搭乘 BTS 到達暹邏（สยาม Siam）這一站，各年齡的需求在這裡一應俱全。

　　同時，百麗宮百貨商場的地下室，有好大一區的美食街，集合泰式美食、日本料理、義大利麵、速食餐、現榨果汁等，人潮不斷，好不熱鬧。

STEP 07

ร้านสปาและนวดแผนไทย

Ran Spa Lae Nuad Pan Thai SPA & 按摩店

กดตรง ไหล่ แรงหน่อยนะ

Kod Trong Lai Rang Noi Na

肩膀 要按重一點。

把以下單字套進去，開口說說看！

094

คอ
Kho
頸部

เอว
Eo
腰部

ศีรษะ
See Sa
頭部

เท้า
Tao
腳

ต้นขา
Ton Kha
大腿

มือ
Meu
手

MP3
70

คนนวด	มีส่วนไหนที่คุณต้องการ ให้กดแรงหน่อยไหม คะ / ครับ ?	
Kon Nuad 按摩員	Mee Suan Nai Tee Khun Tong Karn Hai Kod Rang Noi Mai Ka / Klab 有需要幫你按重一點的地方嗎？	

ดิฉัน / ผม	ดิฉัน / ผม เจ็บหลังมาก ค่ะ / ครับ	
Di Chan（女）/ Phom（男） 我	Di Chan / Phom Jep Lang Mak Ka / Klab 我的背部很痠痛。	

คนนวด	งั้นดิฉัน / ผมจะกดหลังให้แรงขึ้นหน่อยนะคะ / ครับ	
Kon Nuad 按摩員	Ngan Di Chan / Phom Ja Kod Lang Hai Rang Kuen Noi Na Ka / Klab 好的，我會幫你加強背部。	

ดิฉัน / ผม	ขอบคุณนะคะ / นะครับ	
Di Chan（女）/ Phom（男） 我	Khob Khun Na ka / Na Klab 謝謝。	

暢遊泰國 Q&A: 世界聞名的泰式按摩

Q：泰式按摩源自於哪一地區？

A.พม่า 緬甸　　　　　　　　B.อาหรับ 阿拉伯
C.อินเดีย 印度　　　　　　　D.จีน 中國

　　來泰國旅遊，若是不好好享受泰式按摩，真的會非常遺憾。泰式按摩的觀念，乃源自於印度瑜珈促進身體血液循環與鬆弛精神壓力，進而發展出的一套身心療癒技術。進行方式是對足部的反射區與身體的穴道，使用了按、推、揉、扳、壓、扣、捏及拉等手法，然後以漸進的步驟操作。而 SPA 是結合沐浴、按摩、塗抹精油和熏香來促進新陳代謝的另一種模式，通常在度假式飯店都有設立。古法的泰式按摩是不塗抹任何精油的，會使用精油進行按摩，乃受SPA 影響而來。在泰國按摩店到處林立，其中 Asia Herb 及 Health Land 是二家極受歡迎的按摩紓壓館，價格合理，手法專業。

STEP 8

ปัญหา
Pan-Ha
困難篇

出門在外旅遊，最怕遇到麻煩。
如果真的遇到了困難要怎麼辦呢？
讓本章節告訴你，遇到這些情況要如何處理。

ของหาย
Khong Hai 東西丟了

MP3 71

กระเป๋าสตางค์ หาย
Kra Bao Sa Tang Hai
錢包弄丟了。

把以下單字套進去，開口説説看！

แว่นตา
Wan Ta
眼鏡

กระเป๋าถือ
Kra Bao Theu
手提包

คอมพิวเตอร์โน๊ตบุ๊ค
Computer Notebook
筆記型電腦

บัตรเครดิต
Bud Credit
信用卡

โทรศัพท์มือถือ
Tho Ra Sarb Meu Theu
手機

นาฬิกาข้อมือ
Nar Li Gar Kor Meu
手錶

ดิฉัน / ผม Di Chan（女）/ Phom（男） 我	**กระเป๋าของดิฉัน / ผม หายค่ะ / ครับ** Kra Bao Khong Di Chan / Phom Hai Ka / Klab 我的包包丟了。
ตำรวจ Tam Ruad 警察	**ข้างในกระเป๋ามีของสำคัญอะไรบ้างคะ /** **ครับ ?** Kang Nai Kra Bao Mee Khong Sam Kan A-Rai Bang Ka / Klab 裡面有什麼貴重的東西呢？
ดิฉัน / ผม Di Chan（女）/ Phom（男） 我	**มีกระเป๋าสตางค์กับบัตรเครดิตค่ะ / ครับ** Mee Kra Bao Sa Tang Kab Bud Credit Ka / Klab 有錢包及信用卡。
ตำรวจ Tam Ruad 警察	**ช่วยกรอกเอกสารนี้ด้วยค่ะ / ครับ** Chuai Krok Ek-ka-Sarn Nee Duay Ka / Klab 請先填寫這份資料。

暢遊泰國 Q&A: 遺失東西要怎麼辦呢？

Q：泰國哪裡有台灣駐泰國代表處？

A.กรุงเทพ 曼谷   B.เชียงใหม่ 清邁
C.ภูเก็ต 普吉島   D.หาดใหญ่ 合艾

　　旅行時遺失物品是一件非常掃興又遺憾的事情，但是如果真的遇到了，應該怎麼辦比較好呢？首先一定要冷靜。常說：情急之下無好事可辦。只要冷靜了，就容易把事情解決。泰國旅遊局也提供了一個方便遊客報案的電話：1155。只要使用手機或公用電話都可以報案，即便遇到旅遊糾紛，也可以請服務遊客的警察協助調解。真有難處，也可以尋求在曼谷的「駐泰國台北經濟文化辦事處」協助，詳細地址、電話請見附錄（P.118）。

หลงทาง

Long Tang 迷路

Information Center

สถานีรถไฟฟ้าใต้ดิน MRT เดินตรงไปข้างหน้า จะอยู่ซ้ายมือ

Sa Ta Nee Rod Fai Far Tai Din MRT Dern Tong Pai Kang Nar Ja You Sai Meu

地鐵站 MRT 往前直走,就在左手邊。

把以下單字套進去,開口說說看!

สวนสาธารณะ
Suan-Sa-Ta-Ra-Na
公園

ห้างสรรพสินค้าเอ็มโพเรียม
Hang Sarb Pa Sin Kar Emporium
Emporium 百貨公司

พระพรหมสี่หน้า
Phra-Phrom See Nar
四面佛壇

บันไดเลื่อน
Ban Dai Luean
電梯

สถานีตำรวจ
Sa Ta Nee Tam Ruad
警察局

ประตูหมายเลขห้า
Pra Tu Mai Lek Ha
五號門

100

ดิฉัน / ผม	ขอโทษนะ คะ / ครับ ดิฉัน / ผมอยากไปที่นี่ ....
Di Chan（女）/ Phom（男） 我	Khor Thot Na Ka / Klab Di Chan / Phom Yak Pai Tee Nee （讓對方看曼谷的地圖）對不起，我要去這裡……。
คนบนท้องถนน	คุณมาผิดทางแล้วค่ะ / ครับ
Kon Bon Tong Ta-Non 路人甲	Khun Ma Pit Tang Laew Ka / Klab 你走的方向錯了。
ดิฉัน / ผม	ค่ะ / ครับ งั้นดิฉัน / ผม หลงทางแล้วค่ะ / ครับ
Di Chan（女）/ Phom（男） 我	Ka / Klab Ngan Di Chan / Phom Long Tang Laew Ka / Klab 是的，我迷路了。
คนบนท้องถนน	ต้องกลับไปเลี้ยวขวาที่ร้านสะดวกซื้อนี่ ค่ะ / ครับ
Kon Bon Tong Ta-Non 路人甲	Tong Kab Pai Liew Kwa Tee Ran Sa Duak Sue Nee Ka / Klab 請回到這個便利商店右轉。
ดิฉัน / ผม	ค่ะ / ครับ ขอบคุณมากค่ะ / ครับ
Di Chan（女）/ Phom（男） 我	Ka / Klab Khob Khun Mak Ka / Klab 好的，謝謝你。

暢遊泰國 Q&A: 迷路時找救兵

Q：從泰國打電話回台灣，要撥打的國碼是幾號？

A.66   B.886

C.86   D.813

　　在陌生的國度或地區旅行，迷路時，真的會慌亂不知所措。但是，在泰國旅遊如果真有迷路的狀況，可以多多利用公共的資訊中心詢問，這些地方的服務通常都可以使用英文，有些還會有中文的服務。例如各地機場、百貨公司或車站等咨詢櫃檯。最後的方法是撥打電話回台灣，台灣國碼是 886，撥打方式請見附錄（P.119）。

STEP 08

ไม่สบาย

Mai Sa-Bai 生病

ปวด ท้อง มาก

Puad Tong Mak

肚子很痛。

把以下單字套進去，開口說說看！

ศีรษะ See-Sa 頭	**ฟัน** Fun 牙齒
เอว Eo 腰部	**กระเพาะ** Kra Poh 胃
ขา Kha 腳	**หลัง** Lang 背部

หมอ Mor 醫生	ไม่สบายตรงไหนคะ / ครับ ？ Mai Sa-Bai Trong Nai Ka / Klab 哪裡不舒服？
ดิฉัน / ผม Di Chan（女）/ Phom（男） 我	ท้องเสียค่ะ / ครับ Tong Sear Ka / Klab 一直拉肚子。
หมอ Mor 醫生	มีอย่างอื่นอีกไหมคะ / ครับ ？ Mee Yang Eun Eek Mai Ka / Klab 還有嗎？
ดิฉัน / ผม Di Chan（女）/ Phom（男） 我	มีไข้เล็กน้อยค่ะ / ครับ Mee Khai Lek Noi Ka / Klab 還有一點發燒。

暢遊泰國 Q&A: 泰國的醫療

Q：在泰國感冒，看病時要花多少錢？

A.500 บาท 500 泰銖　　　　　B.800 บาท 800 泰銖

C.1,000 บาท 1,000 泰銖　　　D.2,000 บาท 2,000 泰銖

　　在外旅行，會不會生病很難預測，畢竟身處他鄉，水土不服也是難以避免。所以出門在外，要帶些常備藥品，以備不時之需。若真的非上泰國醫院不可，例如感冒，公立醫院約要 500 泰銖，但是需要排隊久候；而私立醫院約要 1,000 泰銖，等候的時間明顯地縮短。

　　而泰語中，「痛」的發音有二種，由體內自發引起的痛，發「ปวด Puad」（音相當於「拔」），如開頭的例句：肚子痛「ปวด ท้อง Puad Tong」（音相當於「拔同」）。至於外部因感染或外傷的痛，要發「เจ็บ Jeb」（音相當於「節」），如感染造成的喉嚨痛「เจ็บ คอ Jeb Kor」（音相當於「節口」），或是由於外傷所造成的腳痛「เจ็บ ขา Jeb Kha」（音相當於「節卡」）。

APPENDIX

ภาคผนวก
Phak Pha Nuak
附錄

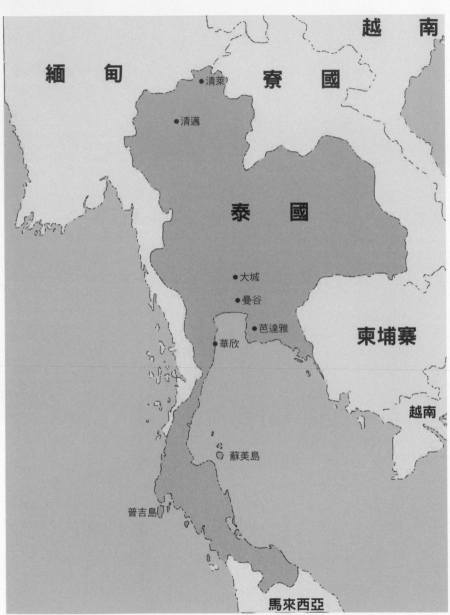

越南

緬甸　寮國

清萊

清邁

泰國

大城

曼谷

芭達雅

華欣

束埔寨

越南

蘇美島

普吉島

馬來西亞

APPENDIX 02 熱情洋溢、味道濃郁的泰國水果

　　泰國地屬南洋熱帶地區，在此產出的水果都有共通的特點，就是具有非常濃郁的味道。到泰國旅遊時，一定要用盡全力好好享用這些充滿熱情南洋風味的水果。

 ## 水果之王榴槤

　　泰國眾多水果當中，風味最為濃郁的非水果之王的榴槤莫屬。榴槤種類繁多，不下百種，而台灣引進最多的，絕大部分是「金枕頭」（**หมอนทอง Mon Thong**）。但是到了泰國，就有機會嘗試其他的品種，如「千尼」（**ชะนี Cha Nee**）及「干瑤」（**ก้านยาว Kan Yao**）等。千尼及金枕頭的口味和口感大致相同，但金枕頭肉比較多也比較甜，在曼谷大型的超市鮮果區內，全年都可購得。但真正的榴槤盛產季節，則大約是在每年的 7 月，也正是曼谷區域的雨季，這個時候的榴槤可口又香甜，簡直讓人無法忘了那滋味。而甘瑤品種也是這個時候才上市，口感比金枕頭略乾，黏黏鬆鬆的，甜度剛剛好，也值得嚐鮮。說到甘瑤，泰文的甘就是「蒂」，瑤就是「長」，所以就是「長蒂」（蒂很長）的意思。甘瑤這個品種的榴槤價錢最貴，每公斤售價大約 1,000 泰銖，而且年年上漲。

行家的最愛，野生榴槤

另外，每年 7 月在乍都乍（**จตุจักร** Chatuchak）的傳統市場內，可以吃到各個品種的榴槤。其中特別值得一提的，是只有行家才會關注的野生榴槤。所謂的野生榴槤，指的不是單一特有品種，單純就是野生的而已。這樣的榴槤價格非常便宜，但只有每年的榴槤季節才有，而且只有在泰國南部才可以吃到。由於它的籽很大，肉不多，口味也不固定，有些甚至還帶有苦味，所以通常泰國人不愛吃。但正因為如此，大小不一的每顆野生榴槤，每當打開時都會有期待，其心情如同《阿甘正傳》裡的阿甘吃巧克力一樣，不知道會吃到什麼口味，所以別具趣味。

水果之后山竹

榴槤性屬燥熱，享用的同時，一定要配著吃的水果即是有水果之后美譽的山竹（**มังคุด** Mang Kud，音相當於：蒙固）。山竹性屬涼爽，剛好中和榴槤的燥熱。說來也巧，這二種水果盛產的季節正好一樣，好像天生就是要互相搭配似的。挑選山竹時，盡量要挑個頭小、果皮薄的，而且最好果皮上沒有綠色的黏液，因為這樣的山竹籽小、肉多、汁又甜；相對的，如果太大顆，就會是籽大肉也少的山竹。

泰國椰子冠全球

再來一定要提到椰子。泰國椰子的香甜，無其他國家的可出其

右，這是曾經喝過了許多南洋地方的椰子之後所得出的結論。當喝完了椰子水之後，不要急著將椰子殼丟棄，拿一把湯匙，刮舀出嫩嫩的果肉來嚐嚐，可以體驗果肉在嘴裡舞動的感覺。購買時也可以向賣椰子的商家說：「請給我嫩嫩的椰子哪」（**ขอมะพร้าวหนึ่งลูก เอาอ่อนๆนะ** Khor Ma-Prao Neung Look , Ao Oon-Oon Na，音相當於：口媽拋嫩露 ㄠ翁翁哪）。這種新栽種的椰子樹的椰子肉是透明的，既甜又嫩。另外有一種去掉厚殼烤過的椰子，喝起來有一股特殊的熟焦香甜味，但果肉就沒有那麼的嫩。

紅毛丹、芒果、波羅蜜

　　至於紅毛丹上市的季節，大約在榴槤與山竹的前一個月左右，所以三種美果幾乎可以同時享用。還有泰國芒果，有青芒果及熟黃芒果二種吃法，青芒果是刨成絲，再調配其他如木瓜絲、小蝦米及佐料成為泰式沙拉；而熟黃芒果則是伴著糯米飯一起入口，因此一般在購買熟黃芒果時，都會伴隨有糯米飯。另外有著特有濃郁芳香的水果波羅蜜（**ขนุน** ka Noon）是很值得嚐嚐的水果，甜甜脆脆又爽口，別具風味。這種水果在泰國被稱為麵包樹長出來的大果子，由於真的很碩大，所以銷售時商家都會將籽剝去，一片片排好裝盒，不需要整顆購買。

　　旅遊泰國的時候，吃吃看這些風味特殊的水果，會讓旅程中留下更多回憶。

109

有趣的泰國人小名與冠稱

　　泰國人的姓名也和華人一樣，分為姓和名二部分，不過在習慣上排列的順序和華人不同，是名在前，姓在後。例如扎倫・揚栽（**เจริญ เย็นใจ** Charoen Yenjai），扎倫（**เจริญ** Charoen）是名，揚栽（**เย็นใจ** Yenjai）是姓；宋猜・哉迪（**สมชาย ใจดี** Somchai Jaidee），宋猜（**สมชาย** Somchai）是名，哉迪（**ใจดี** Jaidee）是姓。

泰國人的小名

　　泰國人的兒女剛出生後，父母就會幫他們取一個小（乳）名，而小名經常是一個單音節的詞，這樣的名字叫起來才會簡單上口、親切又可愛。例如「啾」（**จิ๋ว** Jiu）是「小」的意思；「交」（**แจ๋ว** Jiau）是「好」的意思；「長」（**ช้าง** Chang）是大象；「姆」（**หมู** Moo）是豬；「噗」（**ปู** Poo）是螃蟹；「卓」（**โจ** Joe）是英文字的拼音等等。直到成年，雖然有正式的名字，但是平常稱呼對方，依然不會稱呼對方正式的名字，更不會將對方的姓氏唸出來，只會稱呼對方的小名，只有在正式的場合時才會稱呼正式的名字。因此，一到泰國，就會發現泰國人彼此之間，大都只是「單音節」式地稱呼對方。

泰國人的冠稱

　　另外，泰國人在稱呼對方名字（包括小名）之前，通常還要加一個冠稱。如果不弄清楚冠稱和它的意思，往往就會把冠稱誤認是姓。其中，最正式且常用的冠稱是「坤」（**คุณ** Khun），意思為「～先生或～小姐」，例如「坤宋猜」（**คุณ สมชาย** Khun Somchai）、「坤姆」（**คุณ หมู** Moo）等。遇有姓陳的華人，則會稱「坤陳」；姓朱的華人則稱「坤朱」等。「坤」在泰語本來的意思是「人」，也是「你」，例如要請問他人的名字，可以說：「請問你的名字」（**คุณชื่ออะไรครับ** Khun Chue A-Rai Klab，音相當於「坤賜阿來喀」）。至於熟悉的人會用的冠稱是「忒」（**เธอ** Ther），例如：「你在哪裡」（**เธออยู่ไหน** Ther You Nai，音相當於「忒有乃」）。

　　而對那些年紀比自己長的人，冠稱要用「譬」（**พี่** Pi），例如「譬扎倫」（**พี่เจริญ** Pi Charoen）、「譬長」（**พี่ช้าง** Pi Chang）。若是遇有姓古的華人稱「譬古」（**พี่กู๋** Pi Ku），姓王的華人稱「譬王」（**พี่หวัง** Pi Wang），所以姓古或姓王的人，在泰國如果聽到這樣的稱呼，千萬別生氣，對方其實是在對你表示尊敬。也因此，當一群人之中，被稱或自稱「譬」的人，通常就是最年長者。

　　有對年長者的冠稱，當然就會有對年輕者的冠稱。要對午輕於自己的對方表示親切時，可使用的冠稱是「儂」（**น้อง** Nong）。例如「儂

姆」（**น้องหมู** Nong Moo）、「儂噗」（**น้องปู** NongPoo），這相當於華語中的稱謂「小姆」、「小噗」。所以姓蔡的華人稱「儂蔡」（**น้องไช่** Nong Chai），即「小蔡」；姓王的華人稱「儂王」（**น้องหวัง** NongWang），即「小王」。

泰國人的自稱

泰語中的「我」，男女有別。男生自稱「蓬」（**ผม** Phom），女生自稱「迪蟬」（**ดิฉัน** Di Chan）。另有一「我」的自稱是「奴」（**หนู** Nu），其泰語的原意是老鼠，這項自稱只限於女生使用，是非常謙卑的自稱。當有女性自稱「奴」時，便表示該女性的年紀與對方差距較多，而且還伴有撒嬌的意味。所以男生自稱「奴」是非常奇怪的，聽到的對方的眼光會如何，應該也可以想像。

最後，「紗哇迪喀」（**สวัสดี คะ ／ ครับ** Sawasdee Ka / Klab）是在泰國最常聽見的一句問候語，意思是「您好、早安、午安」等，凡是遇到人時都可以用這句話打招呼。其中最後的音「喀」（**คะ ／ ครับ** Ka / Klab）是所有的泰語句的結語音，有「是的」的意思，而且也是男女有別。「喀」是女音，而男音則是接近於英文的「Cup」音。如何區別呢？説「喀」之後女生的嘴不合，男生説「喀」音之後會即刻合嘴。

泰國的節慶

　　在泰國，最重要的二個民俗節慶是泰國的新年、俗稱潑水節的宋干節（**สงกรานต์** Songkran），以及年底的水燈節（**ลอยกระทง** Loy Krathong）。這二個節慶淵遠流長，可追溯自 700 多年前的素可泰王朝。節慶時各地都有活動，是泰國人相當重視的日子。

歡樂的宋干節

　　泰語「宋干」（**สงกรานต์** Songkran）一詞源自於梵語，意思是「移動」或是「改變」，最原始的意思是太陽的移動及位置的改變，進入新一年的黃道宮，辭去了舊歲要迎接嶄新一年的到來。宋干節每年都是在 4 月 13 日至 16 日，經觀測計算，這個日期並非是太陽進入新黃道宮的日期，而是晚了約近 30 日，但是約定俗成的事也不做更改，確定了這個時間。同時，除了泰國之外，鄰近的緬甸、老撾（寮國）及柬埔寨也同樣有過宋干節的習俗。

　　宋干節也如同華人的新年習俗，旅遊在外的遊子都會回到家鄉團聚。當節日開始的清晨，人們會沐浴盛裝，到佛寺裡堆沙造塔，浴佛聽經，然後青年男女要向家裡的父母長輩雙手合十

敬拜，再舀起盛有鮮花的水盆中的水淋在父母長輩的手上，並且祈求祝福，這個動作稱為「口悶」（**ขอพร** Khor Porn），此時父母長輩會唸吉祥語祝福他們。接著青年們會相互潑水祈福，繼而形成全村性的潑水高潮。這是過去的傳統習俗，而逐年地演變，形成刺激的潑水狂歡的型態，非常熱鬧。水桶、臉盆、水槍齊發，還有自來水管直接掃射，胡亂飛舞，非常刺激。尤其以清邁這個城市最為瘋狂，每年吸引許多外國的觀光客在宋干節來此狂歡。另外，除了潑水慶祝之外，也會有「宋干小姐」的選美活動，是要讓新年的開始洗去舊穢，迎接「美麗」的人生。

浪漫的水燈節

接著談談有浪漫氣習的水燈節（**ลอยกระทง** Loy Krathong）。其中發音為「擂」（**ลอย** Loy）的這個字，在泰語裡的意思是「漂」，而發音為「嘎通」（**กระทง** Krathong）的這個字，是「水燈」的意思，所以合起來就是「漂水燈」，也就是在水燈節會進行的活動。水燈節在每年泰曆 12 月 15 日（西曆為 11 月，日期不一定，但是泰國的觀光局會公布當年的水燈節日期）的這一天夜晚舉行，此時的月亮最亮、最圓。由於這時候湄南河的雨季也剛過，所以正是河水高漲、月明天清的美好季節。相傳 13 世紀的素可泰王朝中，有一位名為娜諾帕瑪絲（**นางนพมาศ** Mrs.Noppamas）的王妃，極為巧手，也富有藝術天分，她特別使用了香蕉葉，折疊裁製成了一盞蓮花形的燈船，船內放上水果雕成的花鳥圖案裝飾，並且插上鮮花，點著香燭，向天

祝禱之後放在河裡，任其隨河水飄蕩，以表示對佛祖與河神的感恩之情。延襲至今，無論朝代更迭，這項傳統一直保留下來，成為泰國人除了「宋干節」之外最受重視的節慶。每當水燈節到來，都可以看到街上擺滿了各樣式的水燈，而且都是用環保材質所製成。傳統的香蕉葉是最尋常見到的，但也有使用麵包製成，不僅是應景漂了水燈，麵包在水裡溶化了，也可以餵養河裡的魚蝦，頗有創意。每年的這一天，曼谷市的湄南河上，放眼過去，成千上萬的水燈漂流其上，輝映著天上的燦燦繁星，每一艘小船上都承載著無限的祈福、思念、感恩及應許等情愫，非常感人。

入境泰國的落地簽證服務

泰國目前有提供台灣落地簽證的服務，需要準備的物件有：

1. 1 張最近 6 個月內拍攝之 4×6 公分照片（曼谷機場辦理通關前也有照相的機器，忘記帶照片也可以在這裡拍）。
2. 落地簽證費：每人 2,000 泰銖（只接受泰幣，可在櫃檯附近的貨幣兌換處兌換泰銖）。
3. 出示已確認之自抵泰日起算，15 天內回程機票。
4. 須提出在泰期間足夠之生活費，每人至少 10,000 泰銖，或每一家庭 20,000 泰銖。
5. 須持用有效期間 6 個月以上之完整護照。
6. 填寫好申請表（TR-15）。

備妥以上物件後，到 Visa on arrival 櫃檯辦理。

不過由於落地簽證櫃檯經常是大排長龍，所以建議到泰國之前還是先到「泰國貿易經濟辦事處」辦好簽證。

地址：106 台北市大安區市民大道三段 206 號

TEL：（02）2773-1100

各種顏色，泰語怎麼寫、怎麼說？

●	紅色	Red color	สีแดง	See Daeng
○	白色	White color	สีขาว	See Khao
●	藍色	Blue color	สีฟ้า	See Fa
○	黃色	Yellow color	สีเหลือง	See Leuang
●	紫色	Purple color	สีม่วง	See Muang
●	綠色	Green color	สีเขียว	See Kiew
●	茶色	Brown color	สีน้ำตาล	See Nam Tan
●	橘色	Orange color	สีส้ม	See Som
●	粉紅色	Pink color	สีชมพู	See Chom Poo
●	黑色	Black color	สีดำ	See Dam

駐泰國台北經濟文化辦事處

地址： Taipei Economic and Cultural Office in Thailand
40/64 Vibhavadi-Rangsit 66, Laksi, 10210 Bangkok, Thailand
電話： （66-02）1193555
傳真： （66-02）1193566
網址： www.taiwanembassy.org/th
E-mail： tha@mofa.gov.tw

急難救助：
※ 急難救助電話專供緊急求助之用（如車禍、搶劫、有關生命安危緊急情況等），非急難重大事件，請勿撥打；一般護照、簽證等事項，請於上班時間以辦公室電話查詢。

境外撥往泰國：（66）81-6664006
泰國境內直撥：（081）6664006

APPENDIX 08 **如何打電話回台灣？**

	國際冠碼	台灣國碼	區域號碼	用戶電話號碼
	001 或 009	886	(02)	1234-5678
打到市內電話	001 或 009	+886	撥打時要刪掉區域號碼前面的0，例如台北市就是2。	+1234-5678
打到手機	001 或 009	+886	若是手機號碼，也要刪掉前面的0。例如 0912-000000，就是撥打 912-000000	

國家圖書館出版品預行編目資料

旅遊泰語，帶這本就夠了！/ 李鴻著
-- 初版 -- 臺北市：瑞蘭國際, 2024.06
128面；17 × 23公分 --（繽紛外語系列；133）
ISBN：978-626-7473-24-5（平裝）
1.CST：泰語 2.CST：旅遊 3.CST：會話

803.7588   113007860

繽紛外語系列 133

旅遊泰語，帶這本就夠了！

作者｜李鴻
責任編輯｜葉仲芸、王愿琦
校對｜李鴻、葉仲芸、王愿琦

泰語錄音｜梁明明、Thiradej Harnsedtaken
錄音室｜純粹錄音後製有限公司
視覺設計｜劉麗雪
美術插畫｜Ruei Yang、Rebecca、余佳憓

瑞蘭國際出版
董事長｜張暖彗・社長兼總編輯｜王愿琦
編輯部
副總編輯｜葉仲芸・主編｜潘治婷
設計部主任｜陳如琪
業務部
經理｜楊米琪・主任｜林湲洵・組長｜張毓庭

出版社｜瑞蘭國際有限公司・地址｜台北市大安區安和路一段104號7樓之1
電話｜(02)2700-4625・傳真｜(02)2700-4622・訂購專線｜(02)2700-4625
劃撥帳號｜19914152 瑞蘭國際有限公司
瑞蘭國際網路書城｜www.genki-japan.com.tw

法律顧問｜海灣國際法律事務所　呂錦峯律師

總經銷｜聯合發行股份有限公司・電話｜(02)2917-8022、2917-8042
傳真｜(02)2915-6275、2915-7212・印刷｜科億印刷股份有限公司
出版日期｜2024年06月初版1刷・定價｜450元・ISBN｜978-626-7473-24-5